MW01618355

Sách Nấu Chay Pháp Giới

Vạn Phật Thánh Thành

Dharma Realm Vegetarian Cookbook

Table of Contents

Mục Lục

Introduction

Many people have now changed to a vegetarian or even a vegan diet. The reasons for doing so have more to do with being health conscious than with religious practices. With new technological advances in agriculture, many farmers and slaughter workers are now using chemicals and synthetic hormones to feed livestock. This is to increase animal growth for profit. Human consumption of these animals may potentially be very toxic. Terminal illnesses, cancers, or even birth defects may very well be the result of eating these contaminated animal products.

On a more spiritual aspect, the slaughtered animals may harbor anger and vindictiveness within themselves as they are being killed. Eating their flesh or carcasses can affect the human spirit negatively.

Adopting a plant-based diet would definitely help prevent and eliminate the offenses of killing or assisting killing. At the same time, a pure diet can improve our physical and mental health. One may obtain more spiritual peacefulness in life by not consuming unwholesome foods.

Giới Thiệu

Ngày nay có rất nhiều người đã chuyển dần sự ăn kiêng cử của họ theo cách ăn chay trường hoàn toàn, hoặc ngay cả họ chỉ dùng thức ăn không có trứng sữa từ động vật... Họ làm vậy với nhiều nguyên nhân là vì ý thức về sức khỏe hơn là vì tôn giáo. Với những kỹ thuật nông nghiệp tân tiến, nhiều nông dân và những người đồ tể hiện đang sử dụng các hóa chất và kích thích tố hóc môn để nuôi thúc gia súc cho mau lớn, như thế sẽ khiến cho sản lượng và lợi tức được tăng gia thêm. Con người lại tiêu thụ các sản phẩm từ những con vật đó mà vốn trong thân chúng đã tiềm tàng ẩn chứa những chất rất độc hại. Những bệnh nan y, ung thư và ngay đến cả các chứng dị tật bẩm sinh cũng có thể là kết quả của sự tiêu dùng những sản phẩm từ những con vật đã bị tiêm nhiễm rồi.

Hơn nữa về mặt tâm linh, sự giết hại gia súc có thể làm cho con vật phát sanh lòng giận dữ và thù hận trong khi chúng bị giết để làm thịt. Một khi ăn thịt chúng thì tinh thần của con người cũng có thể bị ảnh hưởng một cách tiêu cực.

Việc áp dụng theo chế độ ăn chay chắc chắn sẽ giúp chúng ta ngăn ngừa và trừ bỏ những tội lỗi sát sanh hay gián tiếp trợ giúp cho sự giết hại. Đồng thời, một chế độ ăn kiêng thanh tịnh không những giúp cho chúng ta cải thiện sức khoẻ về thân thể mà còn cả về phương diện tinh thần. Người ăn chay sẽ có được tinh thần an lạc hơn trong cuộc sống, cũng bởi họ đã không tiêu thụ những thực phẩm không lành mạnh.

Some have made excuses of not being able to prepare meals without meat. However, if one really wanted to or is determined to eat a more pure and healthy diet, there are many available resources for a meat-free diet. Anyone can find a delicious vegetarian recipe at any time with a click of a button on the computer.

We hope this vegetarian cook book, although simple, will be valuable and helpful to assist those in search of yummy recipes for healthy eating.

It contains many different options and ideas for a more long term and stable lifestyle for any vegetarian.

Dr. Vo-Lytton (a vegetarian since 1989)

Livestock farming also contributes to the most serious environmental problems: land degradation, climate change, air pollution, water scarcity and pollution, and loss of biodiversity.

Food and Agriculture Organization- FAO, 2006b

By 2025, 64% of humanity will be living in areas of water shortage (International Food Policy Research Institute -IFPRI, FAO 2006).

Basic water requirement per person per year is 18,250 litres.

Water requirement to produce 1 kg of meat can be up to 20,000 litres.

Liu J. & Savenije H. 2008; Lunqvist J. et al. 2008

Stockholm International Water Institute- SIWI

cttb

Nhiều người lấy cớ là không thể nấu nướng cho bữa ăn nếu không có thịt cá. Tuy nhiên, nếu chúng ta thực sự muốn hoặc hạ quyết tâm sẽ ăn uống lành mạnh hơn thì đã có sẵn rất nhiều nguồn tài liệu cho sự ăn kiêng không cá thịt. Chỉ cần nhấn nút vào máy computer là bất cứ lúc nào, ai cũng có thể tìm ra được các công thức nấu nướng cho những món ăn chay ngon lành.

Chúng tôi hy vọng với cuốn sách ăn chay này, tuy đơn giản nhưng có giá trị và ích lợi là sẽ trợ giúp cho những ai muốn tìm kiếm những công thức cho những món ăn lành mạnh. Nội dung quyển sách gồm có nhiều sự chọn lựa khác nhau với những sáng kiến chế biến mới lạ cho người ăn chay được lâu dài và bền vững hơn.

BS. Vo-Lytton
(Ăn chay từ năm 1989)

Chăn nuôi gia súc cũng góp phần vào những vấn đề môi trường nghiêm trọng nhất: suy thoái đất đai, biến đổi khí hậu, ô nhiễm không khí, khan hiếm nước và ô nhiễm môi trường và làm mất sự đa dạng của sinh học.

Tổ Chức Nông Lương Thế Giới-FAO, 2006b

cttb

Đến năm 2025, 64% nhân loại sẽ sống trong các khu vực thiếu nước (Viện Nghiên Cứu Chính Sách LươngThực Quốc Tế -FPRI, FAO, 2006). Căn bản lượng nước mỗi người cần dùng 18.250 lít nước trong 1 năm.

Lượng nước cần thiết để sản xuất 1 kg thịt bò có thể lên tới 20.000 lít.

Liu J. & Savenije H. 2008; Lunqvist J. et al. 2008
Viện Nước Quốc tế Stockholm- SIWI

Identifying Ingredients

Thảo quả đen: **Black cardamon**

Đại hồi (Tai vị): **Star anise**

Tiểu hồi: **Fennel seeds**

Nhận diện vật liệu

Hột ngò rí: **Coriander (cilantro) seeds**

Đinh hương: **Cloves**

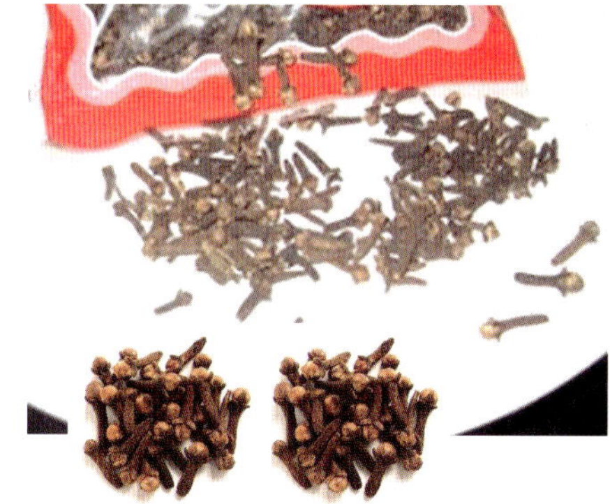

Hột thì là: **Cumin seeds**

lemon grass

Sả bằm: **Lemon grass minced**

English	page trang	Tiếng Việt
cookie press	26-27	khuôn làm bánh quy
toasted seaweed sheets	40	rong biển nướng
molasses	41	đường đen
petit bean	49	đậu petit
taro stem (elephant ears)	55	cọng bạc hà
broadleaf thyme, rice paddy herb	56	cần dầy lá, ngò om
basil, cilantro or coriander, culantro	56	quế, ngò rí, ngò gai
water spinach, celery	57	rau muống, cần
okra, water mimosa	57	đậu bắp, rau nhút
bean sprouts	60	giá
split water spinach, banana flower	60	rau muống chẻ, hoa chuối
rice vermicelli (cooked)	61	bún (luộc)
tofu pouches	71	đậu hũ chiên phồng
dried lily flower	77	bông kim châm khô
white radish	78	củ cải trắng
oregano	80	bột oregano
parsley	81	ngò Ý
tamarind pulp	84	me vắt
flat rice noodles	85	hủ tiếu
king oyster mushroom	86	nấm vua
summer squash	94	bí mướp Mỹ
bean curd sheet	108	đậu hũ ky
paprika	113	bột ớt
corn	129	trái bắp
salted black beans	134	tương hột đen
wheat gluten	144	bột mì căn
cinnamon stick, bay leaves	145	cây quế, lá cà ri

@cttb

@cttb

The natural food of man, judging from his structure, consists of fruit, roots, and vegetables.

Xét theo cấu trúc của con người thì thực phẩm tự nhiên của họ bao gồm trái cây, rễ và rau củ.

Baron Cuvier

sugar cane	156	cây mía
jicama	123, 160	củ sắn
roasted rice powder	161	thính
lemon grass, banana leaves	165	sả, lá chuối
pickled mustard greens	169	dưa cải
five-spice marinated tofu	169	đậu hũ ướp ngũ vị hương
portabella mushroom	171	nấm portabella
broken rice	173	gạo tấm
cashew (fresh)	179	trái điều
Vietnamese coriander	185	rau răm
olive	191	trái o-liu
ground cassava (yuca)	229, 240	củ khoai mì
coconut	237	dừa khô
walnut	246	quả hạch
fig	247	trái sung

@cttb

Making Soymilk

We use a soybean grinder that removes about 90% of the pulp, but a regular blender can also be used.

Ingredients:

1 gallon water

2 1/2 cups soybeans, soaked overnight

sugar, barley malt or pure maple syrup to taste (optional)
2 pandan leaves cut into pieces and mix in soybean (optional)

Steps:

1. Line a large colander with cheese cloth or loosely woven cotton fabric.
2. Place the colander on top of an 8-quart pot.
3. Grind the soybeans with water, in batches, in the soybean grinder or blender.
4. Pour ground soy beans over the lined colander, adding one cup at a time. The soymilk will drip slowly into the pot.

One serving a day (e.g., 1 cup of soymilk, ½ cup of tofu or soybeans) is effective for cancer prevention.

Một phần một ngày (ví dụ: 1 ly sữa đậu nành, ½ chén đậu hũ hoặc đậu nành) là có hiệu quả phòng chống ung thư. (Wardlaw, 2000).

Sữa Đậu Nành

Chúng tôi dùng máy xay đậu nành, nó có thể vắt xác ra được khoảng 90%. Nếu không có máy nầy, bạn cũng có thể dùng máy xay sinh tố.

Vật liệu:

- 1 gallon nước (3.79 lít nước lã)
- 2 1/2 cups đậu nành (khoảng 4 tách đong gạo, ngâm qua đêm)
- đường hay maple syrup
- 2 lá dứa, xắt nhỏ trộn với đậu nành (không có cũng được)

Cách làm:

1. Lót một miếng vải the trên rổ lớn.
2. Để rổ lên cái nồi 8-quart.
3. Xay đậu nành với nước.
4. Đổ sữa mới xay vô rổ đã lót vải. Sữa sẽ chảy xuống nồi rất chậm.

5. When you finish straining the soybeans, hold the ends of the cheese cloth together (as if making a pouch).

6. Lift the bag up with one hand and squeeze the bottom until there is no more soymilk left in the bag. Discard the pulp.

7. Boil the milk for about 45 minutes, stirring constantly to keep from the bottom from burning. Reduce heat as soon as the milk starts to boil, so it will not boil over.

8. Boil for about 10 more minutes. When there is a soymilk aroma then it is ready. Add sugar, barley malt or pure maple syrup to taste.

According to the United States Department of Agriculture (USDA) and the United Nations (UN), using an acre of land to raise cattle for slaughter yields 20 pounds of usable protein. That same acre would yield 356 pounds of protein if soybeans were grown instead.

Therefore, the less meat eaten –
the more people will be relieved of hunger!

5. Khi xay xong hết đậu nành rồi thì đổ hết sữa vô rổ, xong túm đầu miếng vải lại làm thành cái túi.

6. Nhấc túi lên và vắt cho ra hết nước. Bỏ xác lại.

7. Nấu sữa với lửa nhỏ cho sôi, khoảng 45 phút, nhớ quậy thường kẻo khét và bớt lửa khi sôi, nếu không sẽ bị trào.

8. Nấu thêm khoảng 10 phút nữa, khi ngửi có mùi thơm sữa đậu nành là được. Thêm đường vào khi uống.

Theo Bộ Nông nghiệp Hoa Kỳ và Liên Hiệp Quốc, sử dụng 1 mẫu đất để chăn nuôi gia súc giết thịt sẽ cho ra 9.07kg chất đạm protein có thể dùng được. Trong khi cũng cùng 1 mẫu đất đó, nếu thay thế bằng cách trồng đậu nành thì sẽ sản xuất ra 161.47 kg chất đạm protein.

Cho nên, càng ít ăn thịt –
càng thêm nhiều người khỏi cảnh đói!

Making Tofu with Soybeans, Lime Juice & Water

Makes about 1 pound and 12 ounces of tofu. It is delicious when still warm with just salt and black pepper.

Ingredients:

2 1/2 cups soybeans
1/4 cup freshly squeezed lime juice
1 gallon water

Steps:

1. Soak soybeans overnight and drain. Add fresh water and grind in a soybean grinder or blender.

2. Strain soybean pulp through a cheese cloth to make soymilk

3. Boil soymilk for about 45 minutes, stirring frequently.

4. Reduce the heat and add lime juice.

Làm Đậu Hũ với Đậu Nành Nước Chanh & Nước

Làm được 1 pound 12 oz đậu hũ.
Khi đậu hũ còn nóng chấm với muối tiêu, nó ngon lạ kỳ.

Vật liệu:

2 1/2 chén đậu nành
1/4 chén (4 m canh) nước chanh
1 gallon nước

Cách làm:

1. Ngâm đậu nành qua đêm, chắt nước ra và bỏ vỏ.

2. Xay đậu nành với 1 gallon nước (3.79 lít), lược lấy sữa.

3. Nấu sữa đậu nành, khuấy thường kẻo khét.

4. Khi sữa sôi, bớt lửa, cho nước chanh vào.

5. Bring soymilk to boil again; tofu should start to form. The water should be clear with a yellow color; if not, add more lime juice or add in another 1/2 tbsp salt. Turn off the heat and cover the pot with a lid.

6. Allow to set for half an hour.

7. Line a colander again with cheese cloth. Place the colander over a pot.

8. Transfer tofu to the strainer and fold the cloth over it.

9. Place a plate on top, then place a gallon bottle of water for weight. (Make sure that the drained water in the pot does not touch the colander. If necessary, pour out the water from time to time.

10. The tofu will be ready in about 2 hours.

*Soybeans contain over 40% protein: more than any other plant or animal food.

*One-half cup of soybeans provides the same amount of usable protein as a 5-ounce piece of steak.

William Shurtleff & Akiko Aoyagi

5. Chờ sôi, thấy bồng con, tắt lửa, đậy nắp lại (thấy nước trong là được, nếu thấy nước còn đục là chưa đủ độ chua, có thể thêm 1/2 muỗng canh muối).

6. Chờ khoảng 30 phút.

7. Lấy vải mỏng lót vô rổ, để cái nồi hứng dưới rổ.

8. Múc đậu hũ vào rổ, xếp vải lên mặt đậy lại, để 1 cái dĩa lên mặt.

9. Dằn lên trên một bình nước 1 gallon.

10. Để khoảng 2 tiếng sau là được.

*Đậu nành chứa hơn 40% protein: nhiều hơn bất kỳ thực phẩm từ thực vật hay động vật nào khác.

*Nửa chén đậu nành cung cấp cũng bằng một lượng chất đạm protein có thể dùng như 5 ounces thịt bò steak.

William Shurtleff & Akiko Aoyagi

Marinated Tofu

Either follow the way to make tofu, however before draining out the water, mix in spices that you like such as: lemon grass, hot pepper, mushroom, five-spice powder. Spice heavily because some spices and some salt will be drained out while straining the tofu.

Alternatively, you can crush 1-2 packs of storebought firm tofu and add these spices in slightly lesser quantity.

Adding spices this way gives a better taste because the tofu is marinated internally. Also, spices such as lemon grass and hot pepper will blend easily.

Ingredients:

1 tsp salt

3 tsp sugar

1 tsp turmeric powder

1 tsp paprika powder

1 tbsp oil

1 hot pepper chopped (or more)

½ cup lemon grass minced

minced lemongrass from the Asian market

Đậu Hũ Ướp

Theo như cách làm đậu hũ, nhưng trước khi dằn bạn hãy trộn nó với hương vị gì mà bạn thích, như sả ớt, nấm, ngũ vị hương... Nêm nếm cho mặn mà một chút vì khi dằn, đậu hũ sẽ chảy nước, làm lạt đi những thứ đã cho vào. Hay dùng 1-2 hộp đậu hũ cứng rồi bóp nát và ướp gia vị như trên nhưng bớt số lượng lại.
Ăn rất ngon vì gia vị thấm vào cả trong lẫn ngoài miếng đậu hũ. Và nếu dùng sả ớt mình không sợ nó sẽ bị rớt ra.

minced lemongrass
sả bằm có bán sẵn tại chợ Á đông

Vật liệu:

- 1 m cafe muối
- 3 m cafe đường
- 1 m cafe bột nghệ
- 1 m cafe bột paprika
- 1 m canh dầu
- 1 trái ớt hiểm bằm (bạn có thể cho nhiều hơn nếu ăn cay)
- 1/2 chén sả bằm

Steps:

1. Heat oil in sauce pan, stir with lemon grass, hot pepper until golden brown. Add salt, sugar, turmeric.

2. After pouring in lemon juice, the tofu will float. Place tofu in a colander to drain water. Then pour in sauce pan of lemon grass, mix well.

3. Place tofu in the colander with sieve and put weight over it. Then cut tofu into small pieces, cover with oil, and toast them until golden brown (about 5 times, turn over after 3rd time to get even brown color) or use the tofu without frying it. The taste is also good.

The FDA says that consumption of 25 grams of soy protein daily as part of a diet low in saturated fat and cholesterol may reduce the risk of heart disease.

25 g of soy protein equals 1¼ cups of tofu, 1–2 cups of soymilk, or an ounce of soy flour.

Cách làm:

1. Đổ dầu vào chảo cho nóng, xào sả, ớt cho vàng thơm, thêm vào muối, đường, bột nghệ.

2. Sau khi cho nước chanh vào, đậu hũ sẽ nổi lên, vớt đậu hũ ra rổ, xóc cho ráo nước, đổ vô chảo sả bằm, trộn đều.

3. Cho đậu hũ ra rổ có lót vải, rồi dằn. Xong cắt đậu hũ ra miếng nhỏ, thoa dầu, và nướng (toast) cho tới khi vàng (khoảng 5 lần, trở bề đậu hũ sau khi toast 3 lần cho vàng đều). Bạn không cần phải chiên, miếng đậu hũ vẫn rất ngon.

Theo Cơ quan Quản lý dược phẩm & thực phẩm Mỹ (FDA), tiêu thụ 25g protein đậu nành mỗi ngày như là một phần của chế độ ăn ít chất béo bão hòa và cholesterol thì có thể làm giảm nguy cơ bệnh tim.

25 g protein từ đậu nành tương đương với: 1¼ chén đậu hũ, 1–2 chén sữa đậu nành hoặc 1 oz bột đậu nành.

Gluten-free Udon Noodles from Scratch

(Makes 1 lb and 12 oz)

Homemade noodles always taste better than store bought. This is a fun and easy way to make noodles. If you can make cookies, you can make udon noodles!

Ingredients:

- 4.5 oz (125 gr) rice flour
- 1 3/4 cup (400 ml) water
- 1 tsp oil
- 1/4 tsp salt X 2
- 4.5 oz (125 gr) tapioca flour

Cookie press

Bánh Canh

Công thức cho ra khoảng 800 grams (1 pound 12 oz) bánh canh.

Bánh canh làm nhà lúc nào cũng ngon hơn. Cách làm cũng vui và dễ nữa. Nếu bạn biết làm bánh quy thì cũng làm bánh canh được.

Vật liệu:

4.5 oz (125 gr, khoảng 1 chén) bột gạo
1 3/4 cup (400 ml, khoảng 2 chén) nước
1 muỗng cà phê dầu
1/4 muỗng cà phê muối x 2
4.5 oz (125 gr, 1 chén) bột năng

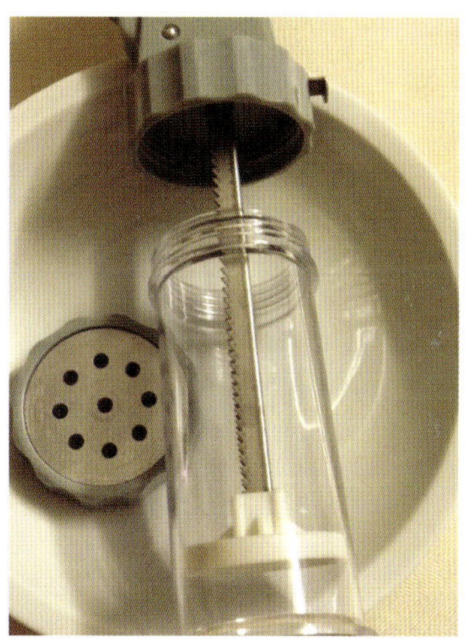

Cookie press
khuôn làm bánh quy

Steps:

1. Boil about 2 cups of water in a 4-quart pot.
2. In a metal bowl (or a smaller pot) that fits into the above pot, mix the rice flour with water salt and oil.
3. Place the flour bowl into the boiling pot, and keep stirring for about 3 minutes until the flour mixture is about half way thick.

4. Take the bowl out of the pot, fill the pot with more water, about 3/4 full, add little oil and salt, bring it to a boil.
5. Add the tapioca flour into the rice flour bowl, a little at a time, mix well while adding, the mixture is now very thick and paste like.
6. Fill the cookie press with the flour mixture.
7. Hold it straight and press nonstop into the boiling water.
8. When the noodles float to the top, use a strainer to pick them up and release them into a large bowl of cold water.

Cách làm:

1. Nấu khoảng 2 chén nước sôi trong nồi chứa được 3.7 lít (4 quarts).

2. Lấy cái tô inox (hay cái nồi inox) vừa để bỏ vô nồi nước ở trên, pha nước với bột gạo, 1/4 muỗng muối, 1 muỗng cà phê dầu, khuấy cho đều.

3. Đặt tô bột mới pha vô nồi nước sôi, lấy đũa khuấy chừng 3 phút cho đến khi thấy bột vừa bắt đầu đặc lại.

4. Lấy tô bột ra, cho nước vô đầy 3/4 nồi, cho 1 muỗng cà phê dầu, 1/4 muỗng cà phê muối vào nồi nước sôi, nấu cho sôi.

5. Rắc bột năng vô tô bột gạo, vừa rắc vừa khuấy đều. Khi thấy đặc rồi thì ngưng rắc bột năng.

6. Cho bột vô khuôn làm bánh quy.

7. Bắt đầu ép bột xuống nồi nước sôi.

8. Khi bánh canh nổi lên mặt nước vớt ra thả vô thau nước lạnh.

9. Pour the noodles into a colander, rinse with cold water, add a little oil, shake well so that they won't stick together.

10. They are perfect for soup or you can prepare them in any way you would like.

§ § § § § §

A Pig Comes to Court to Ask for a Lease on Life

Mr. Shen Chao Lien records: In Hang Yang Province, during the Chien Lung reign period (1736-1796), a county magistrate presided over the civil cases there. One day as he was holding court, what do you suppose came in? A pig! The pig knelt on the steps before the judge's bench. The judge thought it strange, and asked the pig,

"Is there a grudge you want to settle?"

The pig shook its head.

Then the judge asked,

"Is it because you don't have enough food?"

Again the pig shook its head.

Then the judge asked,

"Is it because you are afraid to die?"

The pig nodded its head and started to weep. The court people looked into it and found that the pig had escaped from a butcher shop outside the city. They bought the pig and set it free in a "liberating the living ceremony" at the temple.

From *Joy in Living*

9. **Đổ bánh canh ra rổ, trộn 1 muỗng cà phê dầu cho không dính.**

10. **Bánh canh ăn với soup thì tuyệt, hoặc nấu với các món bạn thích.**

Một Chú Heo đến Quan Tòa Cầu Cứu Mạng

Ông Thẩm Thiệu Liên ghi lại : Tỉnh Hán Dương, trong thời gian Càn Long trị vì (1736-1796), có một vị thẩm phán chuyên chủ trì các vụ án dân sự ở đó. Một ngày kia, ông đang xét xử ở pháp tòa, bạn nghĩ thử xem, ai đã đến? Một con heo! Nó quỳ trên bực thềm trước băng ghế của ông. Thẩm phán cảm thấy kỳ lạ, và hỏi nó, "Có phải ngươi muốn giải quyết một mối thù gì không?" Con heo lắc đầu. Sau đó thẩm phán hỏi: "Có phải ngươi không có đủ ăn hả?" Một lần nữa con heo lắc đầu. Sau đó thẩm phán hỏi: "Vậy nhà ngươi sợ chết phải không?"

Con heo gật đầu và bắt đầu khóc. Các quan chức toà án truy xét và biết ra là chú heo này đã trốn thoát từ một cửa hàng bán thịt ở ngoại ô. Họ mua lại chú heo đó và sau khi làm lễ phóng sanh ở chùa thì thả cho nó được tự do.

-Vui Sống

Homemade Rice Noodles - the quick way

Makes about 2 servings

It's quick, and it's easy. Try it and see!

Ingredients:

1 cup tapioca flour

1 cup rice flour

2 cups water

an 8-inch baking pan

a large steaming pot

Bánh Phở

Khoảng 2 phần ăn

✈ *Cách làm này vừa mau vừa dễ, hy vọng bạn cũng làm được.*

Vật liệu:

1 chén bột năng

1 chén bột gạo

2 chén nước

khuôn nướng bánh lớn 8 inches

chảo lớn

Steps:

1. In a big bowl, mix flour with water.
2. Add about 1 cup of water to a 9-inch frying pan, bring to a boil.
3. Pour about 1 ladle full of flour mixture into an 8-inch baking pan.
4. Put the baking pan in the frying pan, cover with a lid, steam for about 2 minutes.
5. Remove the noodle sheet from the pan and place on a cutting board.

6. Cool the noodle sheet, brush with oil so it won't be sticky, then cut with a knife or a pair of scissors.
7. Add noodles to your favorite broth or use to make pan-fried noodles.

Food for the body is not enough.
There must be food for the soul.

Cho thân thể thức ăn còn chưa đủ.
Cần phải có thức ăn cho tâm thần.
Dorothy Day

Cách làm:

1. Trộn bột và nước vào một tô lớn.

2. Đổ một chén nước vào chảo rộng 9 inches, rồi nấu sôi.

3. Đổ một vá đầy bột vào khuôn nướng bánh lớn 8 inches.

4. Để khuôn bánh với bột vào chảo nước sôi, đậy nắp lại hấp khoảng 2 phút.

5. Lấy bánh ra trải trên miếng thớt.

6. Khi bánh nguội, phết dầu lên cho khỏi dính với nhau, xong lấy dao hay kéo cắt.

7. Ăn với súp hay làm món xào.

Steamed Rice Flour Cakes

Ingredients:

Makes about 8 plates

1 bag rice flour

1/3 bag tapioca flour

1 tsp salt

1/2 gallon water

1/3 bag dry peeled split mung beans

1/2 tsp salt

A large steaming pot

A small wire rack

12 cup muffin pan or separate cups

Seasoning:

4 carrots

2 tbsp oil

1/2 tsp salt

1/4 tsp black pepper

10 shiitake mushrooms, soaked in water until soft

2 tbsp oil

Bánh Bèo

Vật liệu:

Làm được 8 dĩa

1 bao bột gạo

1/3 bao bột năng

1 m cafe muối

1/2 gallon nước

1/3 bao đậu xanh không vỏ

1/2 m cafe muối

Chảo lớn để nấu nước

Vĩ nhỏ để kê

Khuôn 12 bánh muffin nhỏ (hay các dĩa nhỏ)

Nhân:

4 củ cà rốt

2 muỗng canh dầu

1/2 m cafe muối

1/4 m cafe tiêu

10 nấm đông cô khô, ngâm nước cho mềm

2 muỗng canh dầu

Steps:

1. Combine well rice flour, tapioca flour, salt with water and let sit overnight. Next day drain off the clear water. Then pour in the same amount of fresh water that you poured out, and mix well. This process helps the flour to expand and become tenacious.

2. Wash mung beans, pour the water up to the 1/2 first joint of your finger. Cook the mung beans as if cooking rice. When done let them cool, then grind them.

3. Peel and cut carrots into long strips. Mix with salt, black pepper, oil, then put in the oven to dry off.

4. Squeeze the water from the shiitake mushrooms, and slice into very thin pieces, mix with oil, then toast brown in the toaster.

5. Place the wire rack at the bottom of the big pot, pour the water up to the rack then put the muffin pan on top. Ladle a ½ tbspoon of the mixture (1) into each individual muffin pan. Steam under high heat, when you see the flour is solid and clear, then the muffin is done. Add water in the pot when it is nearly empty.

6. Use a small blade to slip the rice cake out from the muffin pan onto a plate. Fill the muffin tin and steam 2 times to make 24 cakes for 1 dish. Top each rice cake with mung beans, carrot, mushroom and cilantro. Serve with soy sauce. You may pour the soy sauce (page 208-212) over your entire plate of rice cakes, before you enjoy them.

Cách làm:

1. Trộn chung bột gạo, bột năng, muối và nước, khuấy đều để qua đêm, sáng mai chắt bỏ nước trong, rồi đổ nước mới vào cho đầy bằng lúc đầu, xong khuấy đều. Đây gọi là tẻ bột. Làm như vậy thì bột sẽ nở và dai hơn.

2. Vo sạch đậu xanh, đổ nước lên tới 1/2 lóng tay, nấu như nấu cơm, hoặc hấp chín. Xong để nguội, xay nhuyễn.

3. Cà rốt bào cọng nhuyễn, trộn với muối tiêu dầu, cho vô lò nướng đến khô.

4. Nấm đông cô, xắt lát thiệt mỏng, trộn với dầu rồi đem nướng vàng bằng lò toaster.

5. Đổ bột vô khuôn muffin nhỏ, khoảng 1/2 muỗng canh cho mỗi khuôn. Hấp với lửa cao, khi thấy bột trong là được. Lấy cái chảo lớn, lót 1 cái vĩ ở dưới, cho nước đến ngập vĩ, xong cho khuôn vô. Nếu nước cạn cứ cho thêm nước vào.

6. Lấy dao nhỏ khượi bánh ra dĩa, đổ 2 lần thì được 1 dĩa, 24 cái. Rắc đậu xanh lên từng cái, rồi rải cà rốt và nấm lên, cho thêm ngò. Ăn với nước tương pha. Bạn có thể chan nước tương (trang 209-213) vào nguyên dĩa bánh bèo trước khi thưởng thức.

Baked Tofu Balls

(Makes about 40-50 balls)

Ingredients:

* 2 packets Nasoya extra firm tofu
* 1/2 cup vital gluten wheat flour
* 2 toasted seaweed sheets, crushed (optional)
* 2 teaspoons sea salt
* 2 tablespoons maple syrup or equivalent sweetener
* 1 teaspoon five-spice powder
* 1 teaspoon low-sodium soy sauce
* 1/4 teaspoon black pepper
* 1 tablespoon oil

Sauce for baking:

* 1/2 teaspoon paprika
* 1/2 teaspoon sea salt
* 1/2 tablespoon molasses
* 1 tablespoon oil

toasted seaweed sheets

Đậu Hũ Vò Viên Nướng

Vật liệu cho 40-50 viên
2 hộp đậu hũ cứng
1/2 chén bột gluten
2 miếng rong biển nướng nát nhỏ (nếu muốn)
2 m cà phê muối biển
2 m canh mapple syrup, hay đường có cùng độ ngọt
1 m cà phê ngũ vị hương
1 m cà phê nước tương nhạt
1/4 m cà phê tiêu
1 m canh dầu

Gia vị cho nước Xốt:
1/2 m cà phê bột ớt paprika
1/2 m cà phê muối biển
1 m canh đường đen molasses
1 m canh dầu

đường đen molasses

Steps:

1. Cut each block of tofu into 8 pieces. Bring to a boil, reduce heat and simmer for 3 minutes. Drain and press dry, crush.

2. In a bowl, mix everything together, except for the sauce.

3. Form the mixture into balls about half the size of a pingpong balls.

4. Steam for 20 minutes.

5. Let the tofu balls cool completely.

6. Coat the balls with sauce, bake at 350 degrees F for about 10 minutes.

7. Turn the balls over, bake for 10 more minutes or until brown.

Moment to moment, recite the Buddha's name.
Day after day, eat vegetarian food.
Month after month,
free beings bound for slaughter;
Year after year, cultivate the practice
of liberating beings.

•Ven. Master Hua

Liberating Life Ceremony at CTTB

Cách làm:

1. Cắt mỗi miếng đậu hũ thành 8 phần. Bỏ vào nồi nấu sôi lên, kế bớt lửa rồi để hầm khoảng 3 phút. Xong vớt đậu hũ ra, để ráo hết nước rồi ép nát.

2. Để hết đậu hũ vào tô, trộn đều với các vật liệu, trừ gia vị cho nước sốt.

3. Nắn vắt hỗn hợp trên ra thành những viên tròn bằng phân nữa trái banh ping pong.

4. Bỏ vào nồi hấp khoảng 20 phút.

5. Đợi cho các vò viên này nguội hẳn.

6. Phết nước sốt thấm đều lên vò viên, xong bỏ vào lò nướng 350 độ F khoảng 10 phút.

7. Trở bề các viên đậu hũ lên, nướng thêm 10 phút nữa, hoặc đến khi thấy chúng chuyển màu vàng.

Vegetarian lunch is provided when special celebrations are held at CTTB

Thời thời luôn niệm Phật,
Ngày ngày thường ăn chay.
Năm năm không sát sanh.
Tháng tháng nên phóng sanh.
H.T. Tuyên Hóa

Seitan Balls

(Makes about 10 balls)

Seitan balls are used in place of beef balls in rice noodle soup.

Ingredients:

. 1/2 cup vital wheat gluten

. 2 teaspoons nutritional yeast

. 1 tablespoon soy sauce

. 1/2 cup water or broth (the same broth for rice noodle soup can be used)

trái hồng - persimmons

Mì Căn Vò Viên

Khoảng 10 viên

Mì Căn Vò Viên dùng thế cho món bò vò viên trong phở.

Vật liệu:

1/2 chén bột mì gluten
2 m cà phê bột nổi
1 m canh nước tương
7 m canh nước (1/2 chén), hoặc nước súp (có thể dùng nước soup của phở)

Steps:

1. Mix soy sauce and broth together.
2. In a bowl, mix the dry ingredients together.
3. Pour the liquid over the dry ingredients.
4. Mix well, kneed with your hands for 2 minutes.
5. Shape seitan into a roll, let it rest for 15 minutes.
6. In a 4-pot, bring 2 quarts of water or broth (the same broth for rice noodle soup can be used) to a boil, reduce heat to low medium.
7. From one end of the seitan roll, pull out a thin piece from the roll. As you pull, roll the piece together to get to a thumb size roll. Cut off from the remaining seitan roll. Pinch off the ends to make a ball. Drop the ball into the boiling broth pot. (The broth should just be at boiling point or the seitan will get too hard. Reduce heat or add a little more water if the broth is over boiled).
8. Repeat the above step for the rest of the seitan roll.
9. Simmer uncovered for about 2 hours or transfer to the slow cooker and cook on low overnight for about 6 hours.

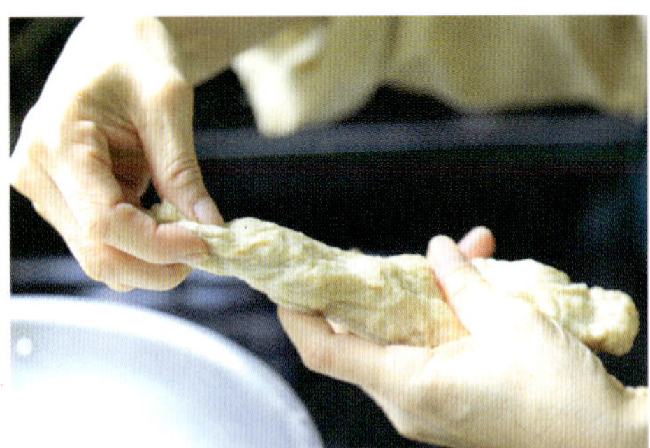

Cách làm:

1. Hòa nước tương vào nước súp.
2. Trộn các vật liệu khô với nhau.
3. Rưới phần nước vào phần khô.
4. Nhồi đều khoảng 2 phút.
5. Nắn thành một cuộn tròn, để yên khoảng 15 phút.
6. Nấu sôi 4 lít nước lã hay nước lèo trong nồi 4 quart. Sau khi nước sôi, bớt lửa.
7. Từ 1 đầu của cuốn mì căn, vừa kéo ra, vừa cuốn thành hình như khoảng ngón tay cái. Ngắt đứt và vò thành viên tròn cho vào nồi ở trên. Vặn nhỏ lửa (medium), không cho nước lèo sôi, nếu sôi bùng mì căn sẽ bị cứng.
8. Tiếp tục làm như vậy cho đến hết.
9. Nấu hầm không đậy nắp khoảng 2 giờ. Hoặc chuyển qua nồi slow cooker, nấu mức thấp qua đêm khoảng 6 giờ.

Being tranquil and still is true happiness.

Venerable Master Hua

Bình bình tĩnh tĩnh tức là chân chánh khoái lạc.

HT Tuyên Hóa

Tofu Wrapped in Banana Leaves

Makes about 8 servings

This dish is very easy to make and can be served as an appetizer.

Ingredients:

- 7 oz (200g) extra firm tofu
- 8 shiitake dry mushrooms
- 2 handfuls of shredded black ear mushrooms
- 1 bunch bean threads
- 1/4 cup green peas
- 1 tablespoon oil
- 1 teaspoon ginger, minced
- 3 teaspoons raw sugar or equivalent sweetener
- 2 teaspoons sea salt
- 1/4 teaspoon ground black pepper
- 1/2 teaspoon five-spice powder
- 2 layers 10x10 banana leaves
- 5-inch cotton string
- Toasted spring roll skins (optional)

Chả Đùm Chay

Có thể ăn như món khai vị.

Vật liệu cho 8 phần ăn:

- 200g đậu hũ cứng
- 8 tai nấm đông cô
- 2 nắm tay nấm mèo khô
- 1 lọn bún tàu
- 1/4 cup đậu petit
- 1 m canh dầu
- 1 m cafe gừng bằm
- 3 m cafe đường
- 2 m cafe muối
- 1/4 m cafe tiêu
- 1/2 m cafe ngũ vị hương
- 2 lớp lá chuối 10x10
- cọng dây buộc dài khoảng 5 in
- da chả giò nướng (nếu thích)

đậu petit

Steps:

1. Soak the black ear mushrooms and shiitake mushrooms separately for about 30 minutes or until soft (you can use boiled water to speed up the process). Squeeze out the water. Mince (food processor can be used) and set aside.

2. Soak the bean threads for about 5 minutes or until soft. Cut into 2-inch strings. Set aside.

3. Bring tofu to a boil, reduce heat and simmer for about 3 minutes. Drain press dry. Crush (by hand or food processor) and set aside.

4. Heat oil in a pan or wok for 1 minute. Add ginger and stir fry until fragrant. Stir in the mushooms and peas and stir fry about 3 minutes. Add sweetener, salt, five-spice powder. Remove from heat.

5. Add tofu, bean threads and pepper. Mix well.

6. Place the tofu mixture in a small bowl to shape. Invert the bowl into banana leaves, hold the ends together to make a money bag, tie with a string and steam for 30 minutes.

7. Transfer the wrap to a serving plate and untie it. Trim the excess banana leaves and arrange with toasted spring roll skins.

Note: These can also be served as individual rolls with soaked rice paper, mint leaves and sweet and sour soy sauce (cuốn bánh tráng).

Cách làm:

1. Ngâm nấm mèo và nấm Đông Cô riêng rẻ khoảng 30 phút, hay cho đến khi mềm (bạn có thể ngâm nước nóng cho nấm mềm mau hơn). Vắt ráo nấm, bằm nhỏ (hay cho vào máy xay) xong để qua một bên.

2. Ngâm bún tàu khoảng 5 phút hoặc cho đến khi mềm. Cắt khúc ngắn 2 inch, để một bên.

3. Luộc đậu hũ, khi sôi bớt lửa, để hầm khoảng 3 phút. Vớt ra ép ráo nước, xong bóp nhuyễn hoặc xay nhuyễn.

4. Bắc chảo dầu nóng, khử gừng cho vàng, cho nấm mèo, nấm đông cô vào, xào cho thơm, thêm vào đậu, đường, muối, ngũ vị hương. Tắt lửa.

5. Trộn đậu hũ, bún tàu, tiêu vào chảo nấm cho đều.

6. Cho nhân vô chén làm khuôn, úp qua lá chuối, túm đầu lá, buộc lại, hấp 30 phút.

7. Cho chả ra dĩa, cắt bớt lá chuối chung quanh, rồi sắp da chả giò nướng quanh dĩa.

Phụ chú: Có thể ăn với da chả giò nướng hay cuốn bánh tráng, rau sống, chấm nước tương.

Một lần nữa, Bác sĩ Spencer Thompson có nhận xét rằng:

"Không một nhà sinh lý học nào cãi lại việc con người nên sống theo chế độ ăn uống thực vật".

Bean Sprouts

Makes about 1 1/2 lbs

Eating homemade bean sprouts is safer because we know for sure that besides tap water, there are no other chemicals.

Ingredients:

•½ cup greenish mung beans (capped ones) soak overnight for growing buds.

•tear banana leaves to place on bottom of colander and cover on top. If you don't have banana leaves, paper towels can be used instead.

•a colander

Steps:

1. Place the torn banana leaves on bottom of colander
2. Spread mung beans thinly in the colander
3. Place the torn banana leaves on top of the beans, cover with a lid
4. Put a container under the colander to collect water draining out. If necessary, pour out the water in container from time to time.
5. Put the colander under the sink or some other dark place, such as in a black barrel with a lid.
6. Lightly pour plenty of water on top of colander 3 times per day. The sprouts will be ready in 3 days or in 5 days if the weather is cold.

Trồng Giá

Khoảng 1 1/2 pound

Ăn giá tự làm thì an tâm hơn vì biết chắc ngoài nước ra, không có hóa chất nào khác.

Vật liệu:

- 1/2 chén đậu xanh nguyên hạt còn vỏ (ngâm qua đêm cho nở mầm)
- Lá chuối để lót rổ và đậy bên trên (có thể thế bằng khăn giấy)
- cái rổ

Cách làm:

1. Lót lá chuối đã xé nhỏ, trải đều dưới đáy rổ.
2. Rải đều đậu xanh ra rổ cho mỏng.
3. Đậy lá chuối trên mặt, đậy nắp lại.
4. Hứng cái thau dưới rổ để khi tưới nước không chảy ra nhà lênh láng.
5. Để dưới bồn rửa chén, hoặc để chỗ nào tối, nếu không có chỗ tối thì để trong cái gì có màu tối hay thùng màu đen.
6. Tưới nhẹ tay với thật nhiều nước cho giá mát, 1 ngày 3 lần. Lạnh thì 5 ngày, ấm thì 4 ngày là có giá ăn.

Tamarind & Pinapple Soup

Makes 6-8 servings

Ingredients:

•1/2 small pinapple with skin peeled, cut into 8 parts lengthwise, omitting the midsection. Then cut those parts into long strips

•3 tomatoes cut into big pieces

•3 taro stems with skin peeled, sliced into small pieces on the diagonal

•1 tbsp tamarind pulp, dissolved into 1/2 cup water, strain to get the juice out of the tamarind, discard the pulp.

•1 box silken tofu, big cubed

•5 shiitake mushrooms, washed clean, no need to soak

•5 baby bella mushrooms (or any other mushroom) sliced

Seasoning:

•2 tbsp salt

•4 tbsp sugar (more can be added to taste)

•1/2 pound bean sprouts

•1/2 slice hot pepper

•fresh herbs: broadleaf thyme, basil, rice paddy herb, culantro, coriander, a little of each type, (or based on the herbs you have) minced.

•1 tbsp oil

•1/2 m cafe paprika (to give red color).

Canh Chua Thơm

Khoảng 6-8 phần ăn

peeled taro stem
bạc hà

Vật liệu:

- 1/2 trái thơm nhỏ, gọt vỏ, cắt làm 8 theo chiều dài, bỏ cùi, xong cắt cọng dài
- 3 trái cà, cắt miếng
- 3 cọng bạc hà, lột vỏ, cắt lát xéo
- 1 m canh me vắt (cho vào 1/2 chén nước, vắt lấy nước chua, bỏ xác)
- 1 hộp đậu hủ non, cắt miếng vuông
- 5 tai nấm đông cô (chỉ rửa sạch, không cần ngâm nước)
- 5 tai nấm baby bella, cắt lát (hay nấm gì cũng được)
- 2 m canh muối
- 4 m canh đường
- 1/2 pound giá
- 1/2 trái ớt cay, cắt lát
- cần dầy lá, quế, ngò om, ngò gai, ngò rí (mỗi thứ một ít, hay tùy vào loại bạn có, cắt nhỏ)
- 1 m canh dầu
- 1/2 m cafe paprika (bột ớt đỏ)

cây bạc hà
taro @cttb

Steps:

1. Heat a 4-quart pot more than 1/2 filled with water and mushrooms. Cut pineapple. Place right into the pot as you cut. Cut the tomatoes and put in. Then lower the heat to simmer to allow the juice to be released. While it is cooking, you may prepare other ingredients.
2. Add taro stems, tofu to the pot.
3. Take out mushrooms and slice.
4. In a second sauce pan, bring the heat to medium high, and add the 1 tbsp oil; add mushrooms and stir with salt, sugar and paprika to get aromatic fragrance, then put mushrooms into the first pot.
5. Add bean sprouts and bring to a boil. Turn off the heat.
6. Spread on hot pepper and fresh herbs* minced (one or more kinds).

You can add in more veggies such as: water spinach, celery, okra (sliced in half on the diagonal), water mimosa. ☸

*Fresh herbs (rau thơm):

Broadleaf thyme - *cần dầy lá*

coriander cilantro
ngò rí

rice paddy herb
ngò om

culantro - *ngò gai*

basil- *quế*

Cách làm:

1. Nấu hơn 1/2 nồi nước (nồi 4 quart) trước với nấm đông cô, xong mới cắt thơm, cắt bao nhiêu thì cho vô nồi nước bấy nhiêu. Rồi đến cắt cà bỏ vô nồi. Nấu lửa vừa vừa cho ra nước ngọt. Trong khi nấu, bạn có thể chuẩn bị các thứ khác.

2. Cho bạc hà, đậu hủ vào nồi.

3. Vớt nấm đông cô ra, cắt lát.

4. Cho dầu vô chảo, xào nấm với muối, đường, paprika cho thơm. Cho nấm vô nồi canh.

5. Cho giá, chờ sôi, tắt bếp.

6. Cho thêm ớt, cắt nhỏ rau thơm* vào.

Bạn có thể cho thêm các thứ như: (1) rau muống, (2) cần, (3) đậu bắp, (4) rau nhút. ☸

Tofu Curdle Vermicelli Soup

Makes 6-8 servings

Ingredients:

1 ½ quart plain soymilk

1 cup shiitake mushrooms, sliced

1/2 pound baby bella mushrooms, sliced

1 pound tomatoes, cut into sections

2 carrots, sliced

5 broccoli flowers

3 slices ginger, finely chopped

1 ½ quart water or broth

2 tablespoons sugar

1 tablespoon salt

1 tablespoon soy sauce

½ teaspoon black pepper

1 tablespoon canola oil

Bún Riêu Chay

Khoảng 6-8 phần ăn

Vật liệu:

1 1/2 lít sữa đậu nành, loại không đường
1 chén nấm đông cô, cắt lát
1/2 pound nấm tươi, rửa nước muối, cắt lát
1 pound cà chua, cắt miếng
2 củ cà rốt, cắt lát
5 bông cải xanh (broccoli)
3 lát gừng, bầm nhuyễn
1 1/2 lít nước lèo hay nước lã
2 m canh đường
1 m canh muối
1 m canh nước tương
1/2 m cà phê tiêu
1 m canh dầu

Steps:

1. In a 6-quart pot, bring 1 ½ quart water or broth to a boil.

2. Add canola oil, stir in ginger and sauté until brown. Add shiitake then baby bella mushrooms and stir fry until golden brown. Add sugar, salt, black pepper, stir fry until seasoning is absorbed by mushrooms. Add carrots then tomatoes, broccoli, stir fry each for 2 minutes. Add soy sauce for additional flavoring, if desired.

3. Add #2 to the broth and bring to a boil. Pour in the soymilk. The tofu should curdle and float to the top. The broth should be clear.

4. Add 2 parts sugar and 1 part salt to if needed for additional taste.

5. Serve with rice vermicelli over shredded banana flower, chopped basil, cilantro, mint leaves, green perilla, split water spinach, and bean sprouts.

Top with fried tofu, veggie ham, or stuffed tofu.

split water spinach
rau muống chẻ

shredded banana flower *bông chuối bào*

Cách làm:

1. Nấu 1 1/2 lít nước lèo hay nước lã cho sôi.

2. Bắc chảo, cho dầu, khử gừng cho vàng, cho nấm đông cô vào rồi xào vàng. Nêm vào 1 m canh đường, 1/2 m canh muối, 1/2 m cafe tiêu, xào cho thấm. Cho nấm tươi vào xào, xong đến cà rốt, cà chua, bông cải xanh. Thêm vào 1 m canh nước tương, xào cho thơm.

3. Đổ món xào vào nồi nước sôi trên, rồi đổ sửa đậu nành vào. Khi nước sôi, nước đậu nành sẽ đặc lại thành riêu nổi lên trên mặt trông rất ngon.

4. Nêm thêm 2 phần đường, 1 phần muối cho vừa ăn.

5. Món này ăn với bún, bông chuối bào, quế, ngò, rau húng cây, rau kinh giới, rau muống chẻ, giá. Cho thêm đậu hủ chiên, hay chả chay, hoặc dồi chay rất tuyệt.

bún (rice vermicelli)

Vegetarian Rice Noodle Soup

(Makes one large bowl)

This dish is not the same as the famous Pho.
You can cook with almost any kind of vegetable such as carrots, cauliflower, broccoli, all kinds of squash, ...

Ingredients:

1 tablespoon salted radish, chopped
3 branches of broccoli, cut into small pieces
1/4 red bell pepper, sliced
2 baby bella, mushrooms, sliced
1 tablespoon sugar
1/2 teaspoon salt
1 teaspoon soy sauce
1 tablespoon oil
3/4 large bowl of water
cilantro or basil

Hủ Tiếu Chay

Món nầy không như món Phở nổi tiếng. Bạn có thể nấu với hầu hết các loại rau cải như cà rốt, bông cải trắng, bông cải xanh, các loại bầu bí...

Vật liệu cho một tô lớn:

1 m canh củ cải muối, xắt nhỏ
3 nhánh bông cải xanh, chẻ nhỏ
1/4 trái ớt Đà Lạt đỏ, cắt lát
2 tai nấm baby bella, cắt lát
1 m canh đường
1/2 m cafe muối
1 m cafe nước tương
1 m canh dầu ăn
3/4 tô nước lớn
ngò hay quế

Steps:

1. In a small pot with high heat, add oil, add salted radish, stir fry until fragrant for 1 minute. Add mushrooms, stir fry until brown for 2 minutes. Then add pepper and broccoli, continuing to stir-fry for 2 minutes. Season with sweetener, salt and soy sauce. Add water and bring to a boil. Lower heat and cook for 3 minutes.

2. In another pot, bring water to a rapid boil. Stir in rice noodles and bring back to a boil. Cook for about 5 minutes or until noodles are soft.

3. Transfer the noodles to a large bowl, pour the soup over them. Serve immediately with bean sprouts, lettuce, cilantro or basil along with sliced hot pepper, lime wedge.

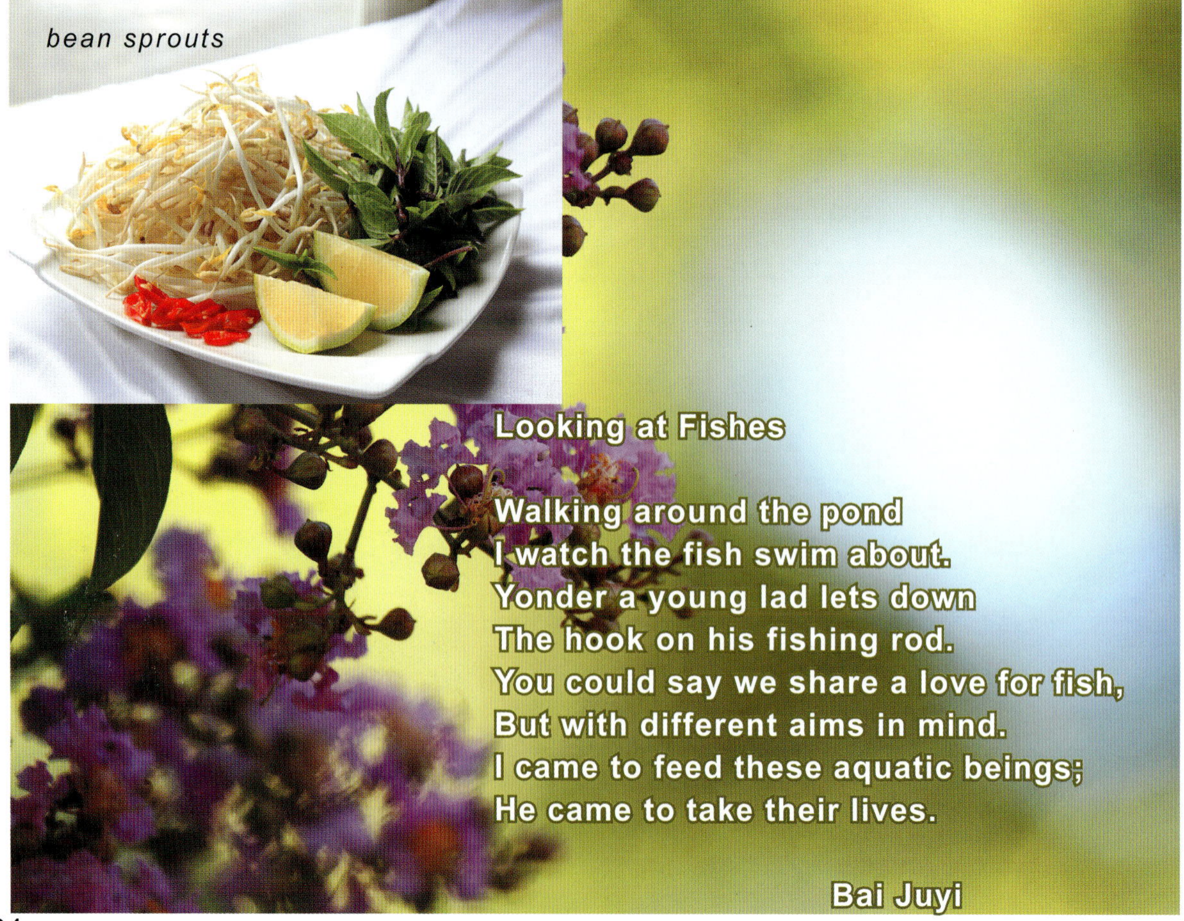

Cách làm:

1. Bắc nồi lên bếp cho nóng rồi cho dầu vào, chờ dầu nóng, cho củ cải muối vào xào cho thật vàng, để nấm vào xào cho nấm vàng, cho ớt vào xào vàng, cho bông cải xanh vào xào vàng.

Nêm đường, muối, nước tương, xào cho thấm.

Đổ 3/4 tô nước vào, khi đổ nước vào phải nghe một cái xèo mới được, nước sôi vài dạo là được.

2. Luộc chừng 1 nắm tay hủ tiếu, cho ra rổ, để cho thật ráo nước.

3. Cho hủ tiếu vô tô, chan nước lèo, thêm vào giá, cải xà lách, ngò hay quế, chanh, ớt, tiêu. Thế là bạn đã có một tô hủ tiếu chay ngon lành.

Ngắm Cá

Dạo quanh bờ hồ xem cá bơi,
Thấy đứa nhỏ ngồi ghe thả câu
Cùng là thích cá, tâm hướng khác,
Tôi cho cá ăn, nó tới câu.

Bạch Cư Dị

Rice Noodle Soup

Approximately 4 servings

Ingredients:

1 apple, quartered

1 pear, quartered

¼ cabbage, cut into big pieces

1 carrot, cut into big pieces

1 radish (white turnip), cut into big pieces

1 jicama, cut into big pieces

1 handful of soy beans

10 shiitake mushrooms

½ ginger, crushed, roasted

Spices:

5 cloves

10 star anise

2 fennel seeds

1 cinnamon stick

20 whole black pepper corns

2 black cardamom pod, crushed

Phở Chay

Khoảng 4 phần ăn

Vật liệu:

1 trái táo
1 trái lê
1/4 bắp cải
1 cà rốt
1 củ cải trắng
1 củ sắn
1 nắm tay đậu nành
10 tai nấm đông cô
1/2 củ gừng, đập dập, nướng vàng

Gia vị:

5 cây đinh hương
10 cái đại hồi
2 cái tiểu hồi
1 cây quế (cinnamon)
20 hột tiêu
2 thảo quả đen, đập dập

Steps:

1. Combine the spices and roast until fragrant.
2. Fill a large pot with water and add all of the ingredients, simmer for 2 hours. A slow cooker can be used at a low setting to cook overnight.
3. Strain, save the mushroom, and discard all vegetables and spices from broth. Slice and stir fry mushrooms to add to top of soup bowl.
4. Boil a handful of rice noodles for each big bowl. While noodles are still hot, ladle boiling broth over noodles, add 1 teaspoon salt, 1 tablespoon sugar (or more to taste). Top with mushrooms, sprinkle with ground pepper.

Hoisin sauce, bean sprouts, basil, cilantro, sliced hot pepper, lime wedge are served with the soup.

Seitan balls or Yoba balls can also be added on top.

Cách làm:

1. Bỏ gia vị vô chảo rang, hoặc cho vô lò nướng, nghe mùi thơm là được.

2. Cho tất cả vào nồi, đổ đầy nồi nước, nấu lửa cao cho sôi. Xong để lửa riu nhỏ, nấu khoảng 2 tiếng, hoặc nấu bằng nồi slow cooker để low qua đêm.

3. Nấu xong chắt lấy nước, lấy lại nấm rồi xắt lát, xào cho thơm, dùng để lên mặt tô phở.

4. Trụng 1 nắm tay bánh phở cho mỗi tô, vừa trụng là chan nước lèo liền (ăn nóng mới ngon), nêm thêm 1 m cafe muối và 1 canh đường (hay nhiều hơn, tùy theo khẩu vị). Cho nấm lên mặt, rắc tiêu.

Ăn với tương ngọt, giá, quế, ngò, ớt, chanh.

Bạn cũng có thể để vò viên lên mặt phở.

Rèn luyện thân tâm để đối diện hiện thực cùng khảo nghiệm.
HT Tuyên Hóa

Approximately 4 servings

Ingredients:

4 bundles dry noodles; 20 dried lily flowers

4 fried tofu pouches; 300 g bamboo shoots

3 cakes 5-spice marinated tofu; 300 g bok choy

Seasoning:

1 tsp. soy sauce; ½ tsp sea salt; ½ tsp sugar

Steps:

1. Wash lily flowers and trim off tough ends of stalks. Shred fried tofu pouches. Peel off the outer layer of bamboo shoots and shred. Wash and shred marinated tofu. Wash bok choy. Set ingredients aside.

2. Place bamboo shoots in a pot of water and bring to a boil; lower heat and simmer for 10 minutes. Add lily flowers, tofu pouches, marinated tofu, and seasonings. Bring to a boil, then lower the heat to simmer.

3. Meanwhile, in another pot of boiling water, cook noodles until they rise to the surface; blanch bok choy. Remove noodles and bok choy and add to the soup base from Step 2. Add flavored oil to taste and serve.

Canh Mì Thanh Hương

Khoảng 4 phần ăn

dried lily flowers

Vật liệu:

4 vắt mì khô
20 bông kim châm khô
4 miếng đậu hũ chiên phồng
300 gm măng tươi
3 miếng đậu hũ ngũ hương
(loại đậu hũ có ướp gia vị)
300 gm cải ngọt

fried tofu pouches
đậu hũ chiên phồng

Gia vị:

1 m cà phê nước tương
1/2 m cà phê muối biển
1/2 m cà phê đường

Cách làm:

1. Rửa sạch bông kim châm, cắt bỏ gốc cứng. Cắt sợi đậu hũ thành những cọng mỏng dài. Tước bỏ lớp vỏ già của măng, xong cắt cọng. Rửa đậu hũ ngũ hương rồi cắt cọng, rửa cải ngọt. Để các vật liệu qua một bên.
2. Cho măng vào nồi nấu sôi, bớt lửa, nấu thêm 10 phút. Bỏ vào kim châm, đậu hũ chiên phồng, đậu hũ ngũ hương và các gia vị. Nấu sôi lên, bớt lửa, rồi nấu riu riu.
3. Bắc nồi khác nấu nước sôi để luộc mì, bỏ mì vào nấu cho đến khi thấy mì nổi phù lên mặt nước, nhúng cải vào nước súp, xong vớt mì và cải ra, chan nước súp nấu ở trên vào (2). Khi ăn nêm thêm một chút dầu ăn, loại mình thích.

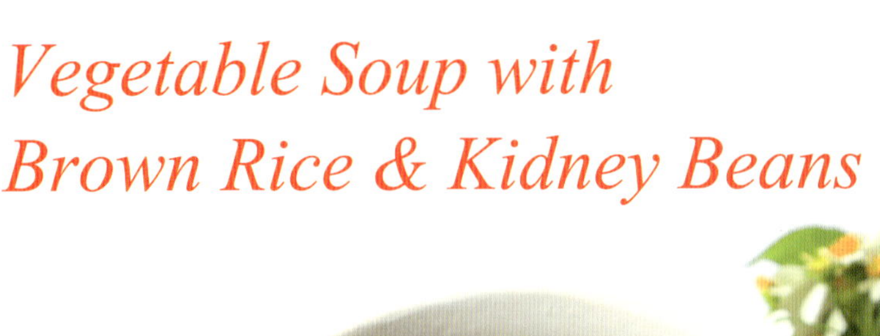

Vegetable Soup with Brown Rice & Kidney Beans

(Makes 6 quarts)

We made this soup up as we went along, with whatever we had available. It can be served with toasted French bread.

Canh Rau với Gạo Lức & Đậu Đỏ

Nấu được một nồi 6 quarts

Chúng tôi nấu món soup này với các loại rau cải hiện có sẵn. Món này có thể ăn với bánh mì Pháp.

Ai mà tâm thanh tịnh
thì nấu súp mới ngon.
Beethoven

Ingredients:

- 4 quarts vegetable broth
- 2 tablespoons canola oil
- 2 teaspoons oregano
- 2 carrots, sliced
- 2 red peppers, sliced
- 1 summer squash, sliced
- 1/2 pound sweet peas
- 2 heads bok choy, cut in 2-inch pieces
- 2 teaspoons salt
- 2 tablespoons maple syrup or equivalent sweetener
- 1/2 teaspoon cayenne pepper
- 1/2 teaspoon paprika
- 1/2 teaspoon black pepper
- 1 can 6-oz tomato paste
- 2 cups cooked brown rice
- 2 cups cooked kidney beans

Steps:

1. Pour the broth in a 6 quart-pot and bring to a boil.
2. In a pan or wok, add oil, oregano, carrots and saute for 1 minute, do the same for peppers, squash, sweet peas and bok choy.
3. Add salt, sweetener and spices.
4. Add the sauteed mixture to the broth pot.
5. Stir in tomato paste.
6. Add rice and beans.
7. Simmer for 1 hour, or transfer to a slow cooker and cook on low for 4 hours.
8. It tastes even better the next day.

Vật liệu:

4 quarts nước súp
2 muỗng canh dầu
2 muỗng cà phê oregano
2 củ cà rốt xắt lát
2 trái ớt Đà Lạt xắt lát
1 trái bí summer squash xắt lát
1/2 pound đậu peas ngọt
2 đầu cải ngọt bok choy, cắt khúc dài 2 inches
2 muỗng cà phê muối
2 muỗng canh đường
1/2 muỗng cà phê cayenne pepper
1/2 muỗng cà phê paprika
1/2 muỗng cà phê tiêu
1 hộp cà sốt 6 oz
2 chén gạo lức nấu chín
2 chén đậu đỏ nấu chín

Cách làm:

1. Nấu sôi nước súp trong nồi 6 quarts.
2. Bắc chảo bỏ dầu oregano, cà rốt vào xào khoảng 1 phút, rồi xào ớt, bí, đậu và cải ngọt cũng như vậy.
3. Nêm vào muối, đường và spices.
4. Cho đồ xào vào nồi.
5. Khuấy cà sốt (tomato paste) rồi cho vào.
6. Để cơm gạo lức và đậu đỏ vào.
7. Nấu hầm khoảng 1 giờ, hoặc dời qua nồi slow cooker, nấu khoảng 4 giờ.
8. Súp ăn ngon hơn dù qua ngày sau.

Stuffed Bitter Melons

Makes 10 small bitter melons

Ingredients:

Filling:

Same as tofu seitan balls, you may add a bun of bean thread noodle and 2 handfuls of wood ear mushrooms chopped. If you don't have wheat gluten, bean curd sheets can be replaced with bean curd skin. See: Stuffed Bean Curd Roll (page 102).

Khổ Qua Hầm

Làm được 10 trái nhỏ

Vật liệu:

Nhân:

Giống như đậu hũ bột mì căn vò viên, bạn có thể thêm 1 lọn bún tàu, 2 nhúm nấm mèo bầm. Nếu bạn không có bột mì căn thì thay thế bằng đậu hũ ky như công thức làm dồi chay (trang 103).

Soup base:

4 quarts water

5 shiitake mushrooms sliced

2 carrots cut 1/2 inch thick

1/2 white radish cut 1/2 thick

1 tbsp salt

2 tbsp sugar

1/2 tsp black pepper

white radish

Put all in a 8 quart pot, bring to a boil.

Steps:

1. Cut 2 ends of bitter melon, take a chopstick, poke the white pith in the center and carefully core out the pith and seeds. Fill each bitter melon with the filling.

2. When done with bitter melons, place them in the pot (soup base), turn heat to low. You may use the slow cooker, simmer over low heat for 6 hours or until the bitter melon is tender. Then they are ready.

3. Slice the bitter melon into 1 to 1 1/2 inch thick rounds in plate. Can be served with hot rice and soy sauce mixed with hot chili.

Nước hầm:
4 quarts nước
5 tai nấm đông cô cắt lát
2 củ cà rốt, cắt khúc tròn dầy 1/2 inch
1/2 củ cải trắng lớn, cắt lát dầy 1/2 inch, (làm cho nước ngọt trong)
1 m canh muối
2 m canh đường
1/2 m cafe tiêu

Cho tất cả vô nồi 8 quarts, vặn lửa lớn cho sôi.

Cách làm:

1. Cắt 2 đầu trái khổ qua, lấy chiếc đũa đâm vào chính giữa để lấy ruột ra. Dồn nhân vào mỗi trái khổ qua.

2. Khổ qua dồn xong, cho vào nồi nước hầm, vặn lửa nhỏ hầm mới không đục nước. Hay cho vào nồi slow cooker, hầm low đến sáng khoảng 6 tiếng, khi khổ qua mềm là được.

3. Cắt khổ qua ra từng lát dầy 1-11/2 inch, bày ra dĩa. Ăn với cơm nóng và nước tương dầm ớt.

Spaghetti with Marinara Sauce

Makes 3 servings

Ingredients:

1 can of whole tomatoes (992g), crushed with your hand

5 baby portabellas (or button mushrooms), sliced

1/4 red bell pepper, sliced

Seasoning:

1 teaspoon salt

1 tablespoon maple syrup (or equivalent sweetener)

5 basil leaves

1 tablespoon olive oil

1/2 teaspoon oregano

3 parsley stems, chopped

2 handfuls spaghetti

oregano **khô**

Mì Ý Xốt Cà

Công thức cho 3 dĩa

Vật liệu:

1 lon cà nguyên trái 35 oz (992g), bóp cà cho hơi nát bằng tay, bạn có thể mua cà xay cũng được

5 tai nấm baby portabella cắt lát
(hay nấm trắng cũng được)
1/4 trái ớt bị (bell pepper màu đỏ), cắt lát

Gia vị:

1 m cafe muối
1 m canh đường
5 lá quế
1 m canh dầu olive
1/2 m cafe oregano khô

3 cọng parsley (rau mùi Tây), hay thay vào ngò rí
(không có cũng được)

2 nắm tay spaghetti (mì Ý)

curled Parsley
mùi Tây lá quăn

Steps:

1. Heat oil in a sauce pan over medium heat (heating olive oil on high heat makes it toxic.)

2. Add oregano, mushrooms. Sauté about 1 minute.

3. Add pepper, sauté about 1 more minute.

4. Add sugar, salt, tomatoes, basil, then parsley.

5. Turn heat to low and simmer until thick, cover for 30 to 45 minutes. Stir occasionally to prevent burning in the bottom of the pan.

Note: The best way to cook spaghetti is tasting to see if it is soft enough. Like Pho, as soon as spaghetti is cooked, pour the sauce on and serve immediately.

Cách làm:

1. Bắc nồi lên bếp, vặn lửa vừa vừa, cho dầu vào (nếu nấu dầu olive ở lửa cao sẽ thành độc).

2. Cho oregano vào khử vàng, đổ nấm vô xào cho vàng, khoảng 1 phút.

3. Cho ớt vô, xào khoảng 1 phút.

4. Nêm đường, muối, xong cho cà, quế, parsley vào.

5. Vặn lửa nhỏ, đậy nắp để khỏi văng, nấu cho cà sệt nước khoảng 30 đến 45 phút. Thỉnh thoảng khuấy đáy nồi kẻo khét.

Phụ chú: Luộc mì, cách hay nhất là ăn thử cọng mì xem có mềm chưa. Cũng như phở, mì vừa luộc xong là chan nước xốt ăn liền.

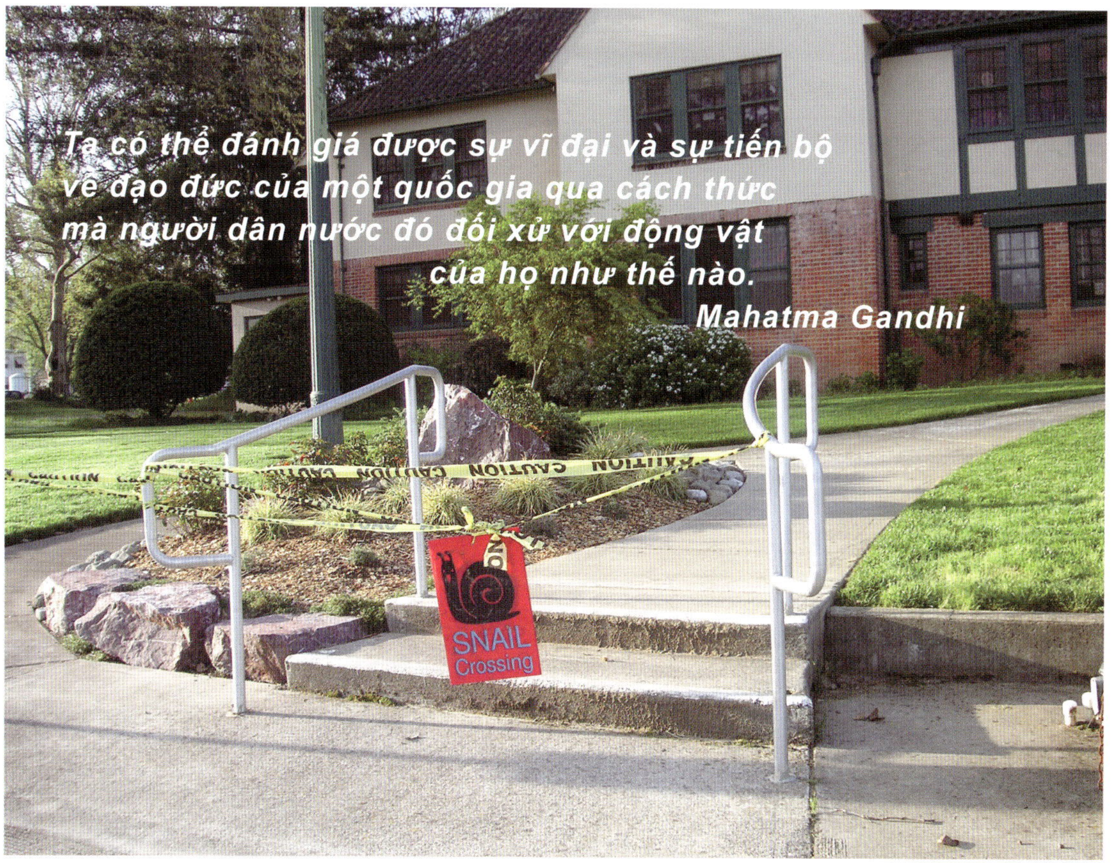

Vegetarian Pad Thai

Makes 3 servings

This dish has a mild spicy, sweet and sour taste.
If you like your bean sprouts slightly cooked, add them when the noodles are still hot.
Squeeze lime juice on top.

Ingredients:

16 oz flat rice noodles, soak in hot water 30 minutes, pour in colander, drain well

Sauce:

2 tbsp tamarind pulp, mix with 1/2 cup water, squeeze out the juice, discard the pulp

1/2 cup maple syrup
1/4 cup soy sauce
1 tsp salt

Hủ Tiếu Xào Chay Kiểu Thái

Làm cho 3 phần ăn

Món này nó có vị cay cay, chua chua, ngọt ngọt. Nếu bạn thích giá sống vừa chín thôi thì để riêng, khi ăn mới trộn với hủ tiếu nóng rồi vắt lên một chút chanh.

Vật liệu:

Hủ tiếu:
1 bao (16 oz),
ngâm nước nóng 30 phút,
xong để vào rổ cho ráo nước

Nước xốt:
2 m canh me vắt trộn với 1/2 chén nước, vắt nước me, bỏ xác
1/2 chén maple syrup
(hoặc đường thốt nốt)
1/4 chén nước tương
1 muỗng cafe muối

Vegetables:

Whatever available, we used:

1 king oyster mushroom (it has a chewy, crunchy texture)

2 celery stalks

1 yellow (or red or green) bell pepper

1 carrot

2 heads of mustard greens

The rest:

1/4 pound bean sprouts

1 tbsp crushed peanuts

1/4 of a lime

canola oil

1 tbsp minced ginger

1 chili pepper, minced (optional)

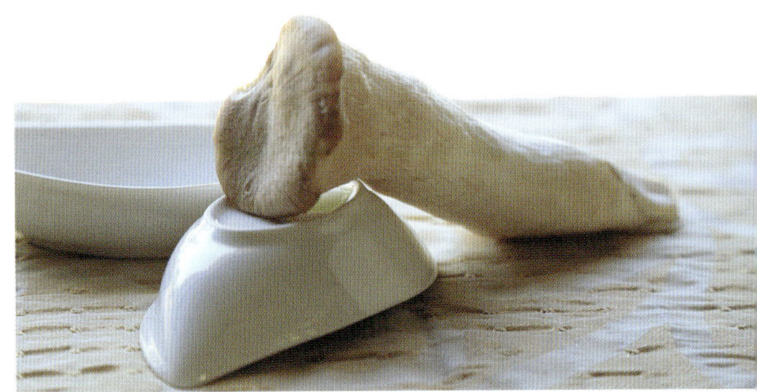

king oyster mushroom

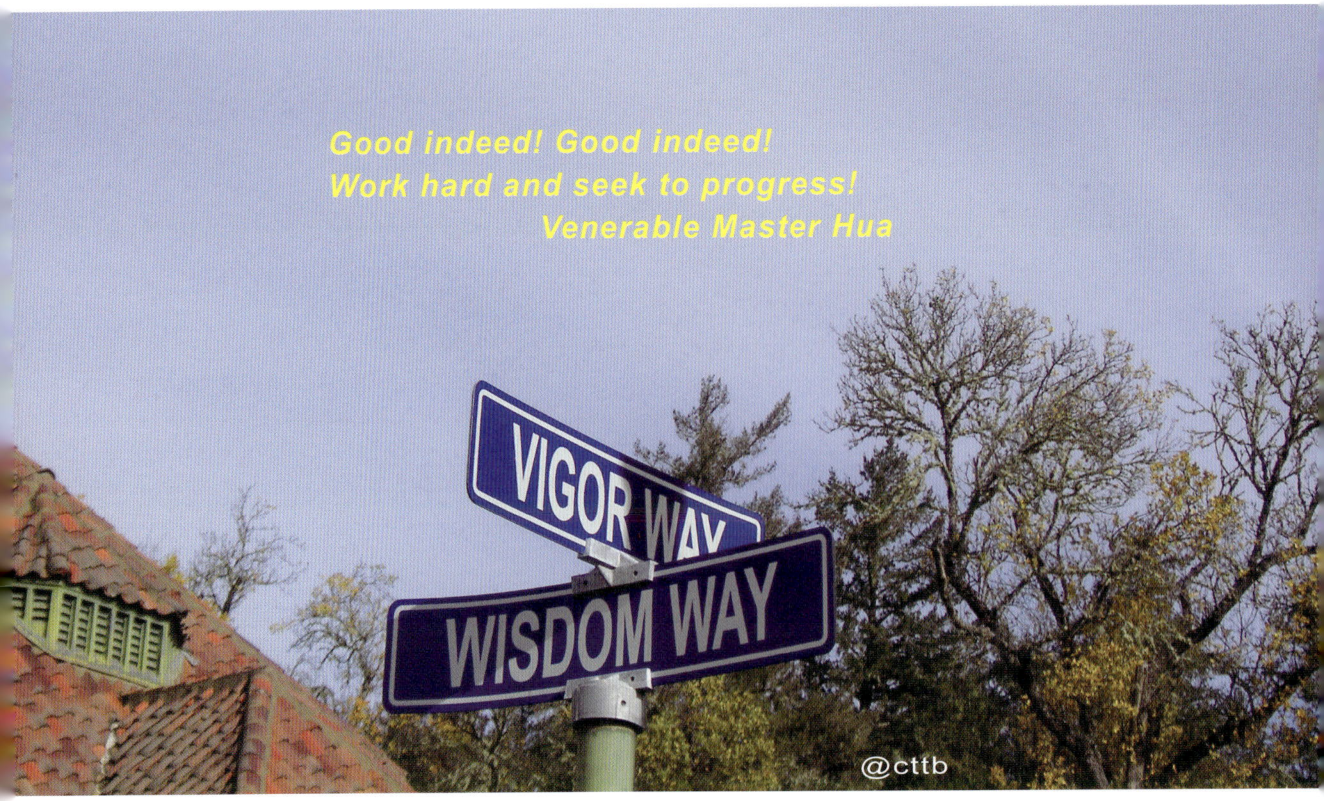
Good indeed! Good indeed!
Work hard and seek to progress!
Venerable Master Hua
VIGOR WAY
WISDOM WAY
@cttb

Rau cải:

Rau gì cũng được, chúng tôi dùng:

1 cây nấm vua (king oyster mushroom dai và giòn)

2 cọng cần tây

1 trái ớt Đà Lạt vàng, hoặc đỏ, hoặc xanh

1 củ cà rốt

2 cây cải xanh

Phần còn lại:

1/4 pound giá

1 m canh đậu phộng đâm hơi nát

1/4 trái chanh

dầu canola

1 m canh gừng bằm nhuyễn

1 trái ớt cay bằm (nếu ăn cay)

Steps:

1. In hot a wok or frying pan, add 2 tablespoons oil, add 1/2 ginger and stir fry until fragrant.

2. Add mushroom, brown on both sides, pour 2 tablespoons sauce, making a glaze by cooking on medium heat until dry, but not burn, keep stirring, remove from the pan. Place mushroom in a dish.

3. In the same pan, add 2 tablespoons oil, add ginger, brown it, add carrot, stir fry about 1 minute, add bell pepper, stir fry about 1 minute, add celery, stir fry about 1 minute, add mustard green, pour in about 2 tablespoons sauce. Stir fry until everything is soft. Remove from the pan. Place the mixture in a plate.

4. In the same pan, add 2 tablespoons oil, pour in half of the remaining sauce, bring to boil, add half of the noodles, keep stirring on medium heat until soft. Mix in half of the veggies (3). Remove from the pan, put in a plate.

5. Do the same for the remaining noodles.

6. Top with mushroom, bean sprouts, peanuts, hot pepper, lime wedge.

7. Serve immediately.

Cách làm:

1. Bắc chảo lên bếp cho nóng, cho 2 m canh dầu, chờ dầu nóng, rồi khử 1/2 phần gừng cho thơm.
2. Cho nấm vào xào vàng 2 mặt, cho 2 m canh nước xốt, để lửa riu riu cho thấm rút hết nước, đổ nấm ra dĩa.
3. Cùng chảo đó, cho 2 m canh dầu, khử gừng cho thơm, cho cà rốt, xào 1 phút, cho ớt, xào 1 phút, cho cần xào 1 phút, cho cải, cho 2 m canh nước xốt vào. Xào cho chín, cho ra dĩa.
4. Cùng chảo, rót 2 m canh dầu, cho 1/2 phần xốt còn lại, chờ sôi, cho phân nửa hủ tiếu vô xào, tới khi mềm, cho vô 1/2 rau cải đã xào ở trên (3). Trút ra dĩa.
5. Làm giống như trên cho phần hủ tiếu còn lại.
6. Để nấm lên mặt, giá, đậu phộng, ớt, chanh.
7. Ăn nóng liền mới ngon.⁂

Brown Rice with Roasted Sesame (A power food)

Makes 4 servings

You may try to eat a bowl for breakfast. It gives you a lot of energy, and you won't crave anything sweet for the whole day!

Ingredients:

Rice:

2 cups brown rice

4 cups water for rice cooker, 3 cups for steam cooker and 2 1/2 for pressure cooker

Salted sesame:

4 handfuls raw sesame seeds (or 18 portions of sesame seeds)

1/2 teaspoon sea salt (or 1 portion of sea salt)

Cơm Gạo Lức Muối Mè (Món thần lực)

Nấu cho 4 phần ăn

Bạn hãy thử ăn một chén vào buổi sáng, sẽ giúp bạn có thêm sức lực và không thèm món ngọt nào cho cả ngày!

Vật liệu:

Cơm:
2 tách gạo lức
4 tách nước nấu bằng nồi điện, nếu nấu nồi hấp thì 3 tách, nếu nấu nồi áp xuất thì 2 tách 1/2

Muối mè:
18 phần mè còn vỏ chưa rang
(khoảng 4 nắm tay)
1 phần muối

(18 muỗng mè và
1 muỗng muối)

Steps:

1. It takes about half an hour to cook the rice with a rice cooker, but let it sit for half an hour more.

2. Rinse the sesame seeds using a strainer, drain well. Set the toaster oven to dark brown, spread sesame seeds on the pan (or fry by wok under low heat), toast (or fry) until brown and fragrant. Transfer to a bowl, cover with a lid to cool (to reduce the heat nature in sesame).

3. Grind the seeds using a coffee grinder.

4. Toast salt to hot and mix well with sesame.

5. For every bowl of rice top with 1 to 2 teaspoons of salted sesame seeds. Chew the rice really well, allowing it to turn into liquid before swallowing. The combination of brown rice and sesame seeds is believed to cure many diseases. ★

coffee grinder

Cách làm:

1. Nấu bằng nồi điện khoảng 1/2 giờ thì cơm vừa chín tới, nhưng để yên thêm 1/2 giờ nữa.

2. Vo mè cho sạch cát nếu mè còn vỏ, để khô. Vặn lò toaster lên tới mức nướng vàng nhất, trải mè ra khay nướng (hoặc rang bằng chảo với lửa nhỏ), nướng (hay rang) tới khi vàng thơm. Đổ mè ra tô, đậy nắp lại, chờ cho nguội (làm vậy để bớt tính nhiệt trong mè).

3. Xay nhuyễn bằng máy xay cà phê.

4. Nướng muối cho nóng, trộn với mè.

5. Ăn mỗi chén cơm trộn với vài muỗng cà phê mè. Nhai cho nhuyễn thành nước mới nuốt, như vậy cũng trị được nhiều bệnh.

frying sesame

rang mè

Wrapped Fried Brown Rice

Makes 4 servings

It tastes delicious when you wrap with roasted seaweed sheets.

Ingredients:

1 tablespoon canola oil
1 teaspoon minced ginger
2 carrots, peeled, diced
1 red pepper, diced
1 green summer squash, diced
1/2 cup frozen corn
1/2 cup frozen green peas
2 cups cooked brown rice
1 teaspoon salt
2 teaspoons soy sauce
freshly ground black pepper
5 roasted seaweed sheets, cut into 2 to 4 pieces

summer squash

Gói Cơm Chiên Gạo Lức

Làm cho 4 phần ăn

Ăn ngon hơn nếu gói với rong biển chiên.

Vật liệu:

1 muỗng canh dầu
1 muỗng cà phê gừng bầm nhuyễn
2 củ cà rốt bào vỏ, cắt hột lựu
1 trái ớt Đà Lạt đỏ, cắt hột lựu
1 trái summer squash, cắt hột lựu
1/2 chén bắp hột đông lạnh
1/2 chén đậu peas đông lạnh
2 chén gạo lức nấu chín
1 muỗng cà phê muối
2 muỗng cà phê nước tương
1 chút tiêu
5 miếng rong biển chiên, cắt ra làm 2-4 miếng

Steps:

1. On high heat, add oil to a pan or wok, add ginger, stir until brown.
2. Add carrots, saute 1 minute.
3. Do the same for squash, corn, peas.
4. Add salt, soy sauce and black pepper.
5. Turn off the stove. Mix in brown rice.
6. Wrap 1/4 of seaweed sheet with 2 tablespoons of rice, tie with a string of cilantro.
7. Or roll it with seaweed sheets.
8. Serve with soy sauce.

When there is food to eat,
I vow that living beings,
Will take Dhyana bliss as food,
And be filled with the joy of Dharma
-Avatamsaka Sutra

Cách làm:

1. Bắc chảo chế dầu, khử gừng cho thơm.
2. Bỏ cà rốt vào xào 1 phút.
3. Xào squash, bắp hột và đậu.
4. Nêm muối, nước tương và tiêu.
5. Tắt lửa. Trộn cơm gạo lức vào.
6. Gói 1/4 miếng rong biển chiên với 2 muỗng canh cơm, cột thêm với cọng ngò.
7. Hoặc cuốn tròn với miếng rong biển chiên.
8. Chấm ăn với nước tương.

Một khi ăn cơm,
Nguyện cho chúng-sanh,
Ăn món thiền-duyệt,
Pháp-hỉ sung mãn.
-Kinh Hoa Nghiêm

Colorful Fried Rice

You can use brown rice
instead of white rice;
it is healthier.

Makes 2 servings

Ingredients:

- 1 tablespoon oil
- 1 carrot, peeled, diced
- 1 summer squash, diced
- 1/2 cup frozen corn
- 1/2 cup green peas
- 1/2 cup firm tofu, diced
- 1/2 teaspoon sea salt
- 1 tablespoon soy sauce
- 1 tablespoon maple syrup or equivalent sweetener
- 2 cups cold rice (it tends to lump together, so use your hand to separate)
- a few dashes of pepper

Goodness is better than beauty.

Cơm Chiên Ngũ Sắc

Frozen
Mixed Vegetabl
冷凍混合蔬菜

Cho 2 phần ăn

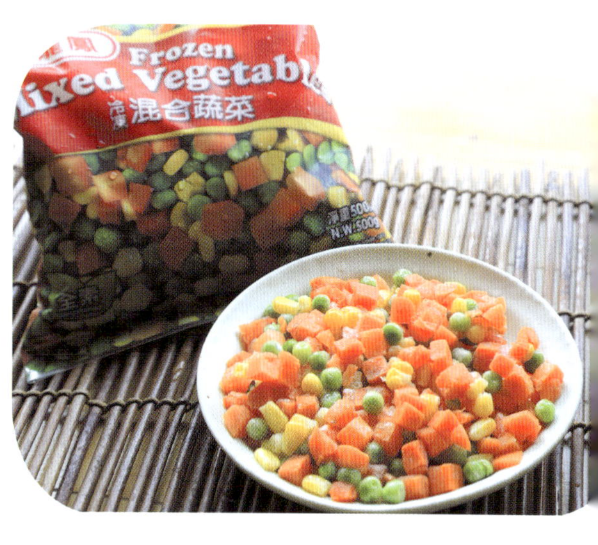

Đây là món ăn chay đơn giản, bổ dưỡng.
Bạn có thể thế cơm trắng bằng cơm gạo lức.

Vật liệu:
1 m canh dầu
1 củ cà rốt, cắt hột lựu
1 trái mướp Mỹ (summer squash), cắt hột lựu
1/2 chén bắp hột đông lạnh
1/2 chén đậu petit
1/2 chén đậu hũ cứng, cắt hột lựu
1/2 m cafe muối
1 m canh nước tương
1 m canh maple syrup hay đường
2 chén cơm nguội (nếu cơm dính cục, dùng tay bóp cho cơm rời ra)
1 chút tiêu

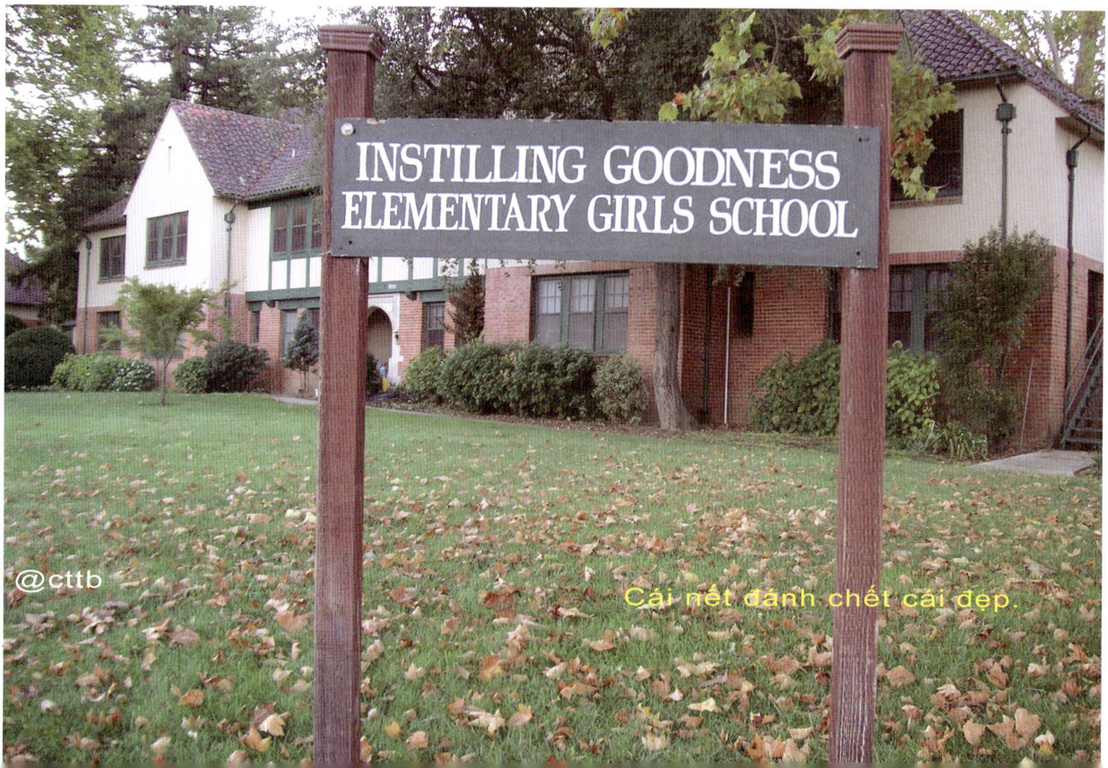
INSTILLING GOODNESS
ELEMENTARY GIRLS SCHOOL
@cttb
Cái nết đánh chết cái đẹp.

Steps:

1. Sauce: combine 1/2 tablespoon oil, soy sauce, sugar, salt, pepper in a bowl and mix well.

2. Use hands to mix cold rice with 1/2 of the sauce (1) to make sure seasonings are absorbed into every grain of rice.

3. In a pan with medium high heat, add remaining oil, saute carrot 1 minute, saute squash 1 minute, saute corn 1 minute, saute peas 1 minute, add tofu, and 1/2 of the remained sauce, then stir fry until dry (remember to let it become dry. It won't work if it's still wet).

4. Add rice, stir quickly until the rice gets hot, add pepper, remove from heat. Serve hot. ⊙

After I finish the food,
I vow that living beings
Will finish what they should do
And be replete with all Buddhadharma.
-Avatamsaka Sutra

Cách làm:

1. Nước Xốt: trộn 1/2 m canh dầu với nước tương, đường, muối, tiêu cho đều.

2. Dùng tay trộn cơm nguội với phân nửa nước xốt trên cho gia vị thấm vào từng hạt cơm.

3. Bắc chảo lửa medium high cho nóng, cho phần dầu còn lại, chờ nóng, cho cà rốt xào 1 phút, cho mướp xào 1 phút, cho bắp xào 1 phút, cho đậu xào 1 phút, cho đậu hũ vào, rồi chế vào hết phần nước xốt còn lại, xào cho khô (nhớ cho khô, ướt là không được).

4. Đổ cơm chiên vô xào chung cho nóng cơm, rắc thêm chút tiêu là xong.

Ăn cơm xong rồi,
Nguyện cho chúng sanh,
Việc làm đều xong,
Đầy đủ Phật pháp.

-Kinh Hoa Nghiêm

Stuffed Bean Curd Roll

Makes 8 rolls

Ingredients:

1 pound frozen bean curd skin

1 packet extra firm tofu, boiled, pressed to extract excess water, then mashed. You can use the potato ricer to mash the tofu.

1 cup shredded shiitake mushrooms

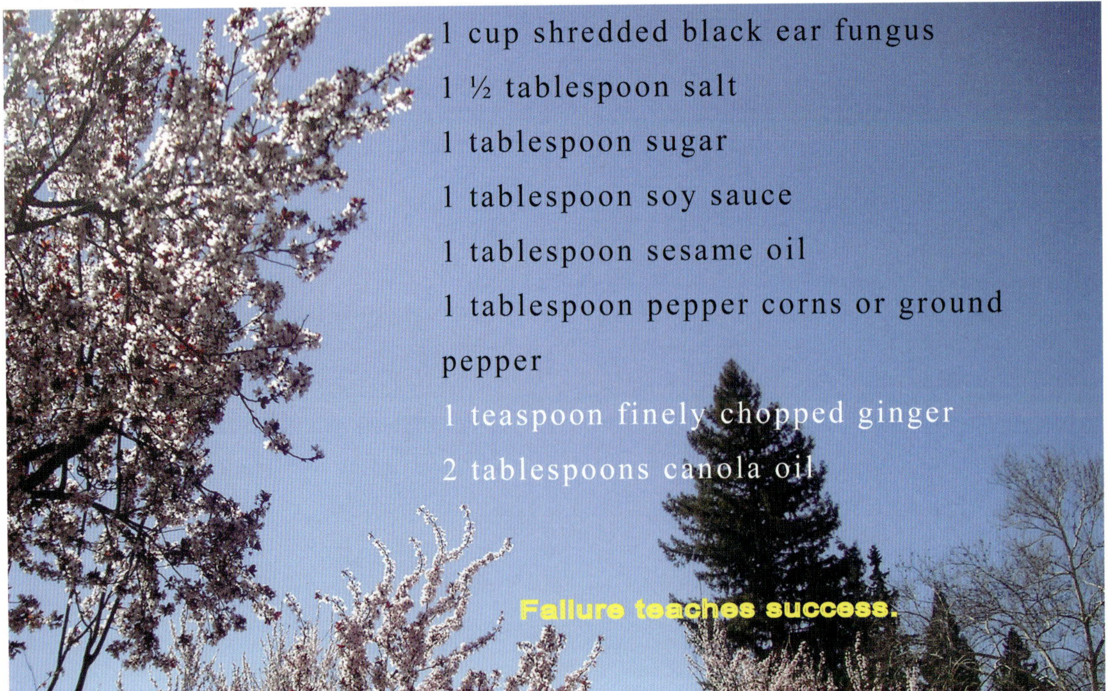

1 cup shredded black ear fungus

1 ½ tablespoon salt

1 tablespoon sugar

1 tablespoon soy sauce

1 tablespoon sesame oil

1 tablespoon pepper corns or ground pepper

1 teaspoon finely chopped ginger

2 tablespoons canola oil

Dồi Chay

Làm ra 8 cuốn

Vật liệu:

1 pound đậu hũ ky tươi
1 hộp đậu hũ cứng, luộc, để vừa nguội, bóp nhuyễn, bạn có thể ép đậu hũ bằng đồ ép khoai tây
1 chén nấm đông cô bầm nhuyễn
1 chén nấm mèo bầm nhuyễn
1 1/2 muỗng canh muối
1 muỗng canh đường
1 muỗng canh nước tương
1 muỗng canh dầu mè
1 muỗng canh tiêu sọ hay tiêu nhuyễn
1 muỗng cà phê gừng, bầm nhuyễn
2 muỗng canh dầu ăn

Steps:

1. Take 1 layer of bean curd skin, rinse and cut into 8 slices to wrap.
2. Wash the rest of bean curd skin, put it in a colander, sprinkle 1 tablespoon of salt, mix well, squeeze the bean curd to get rid of excess water, cut into small pieces.
3. Heat up a pan, add oil, wait for the oil to get hot, add ginger, sauté until brown. Add shiitake mushrooms, stir fry until golden brown. Add fungus, stir fry until dry. Add 1 tablespoon sugar, ½ tablespoon salt. Transfer to a large bowl.
4. Mix in bean curd, tofu, sesame oil, soy sauce. Divide into 8 portions.

5. Use plastic wrap to wrap each portion tightly into a roll, about 1 inch round, 8 inch long. Put in the refrigerator for more than 1 hour.
6. Take the plastic wrap off each roll, and wrap it again with bean curd skin.
7. Wrap each roll with banana leaves, steam for 30 minutes.
8. Unwrap the banana leaves. Can be served steamed as is or deep fried.

Note: To enhance the aromatics, you may add to the mixture: 1/2 cup lemon grass minced with chili, and stir fry with 1 tsp salt & 1 tsp sugar and 1 tablespoon roasted peanuts crushed.

Cách làm:

1. Một miếng đậu hũ ky rửa sạch, cắt ra làm 8, dùng làm da gói.

2. Rửa sạch đậu hũ ky còn lại, để ráo, rắc 1 muỗng muối vào cho rỏ nước, vắt cho ráo, cắt nhỏ.

3. Chảo nóng, khử gừng cho vàng, xào nấm đông cô cho vàng. Xào nấm mèo cho khô. Nêm 1 muỗng đường, 1/2 muỗng muối, xào cho thấm. Cho vào thau.

4. Trộn đều nấm, đậu hũ ky, đậu hũ, dầu mè, nước tương, tiêu, chia làm 8 phần.

5. Lấy miếng nilon cuốn thành 8 cuốn cho thật chặt, để vô tủ lạnh khoảng 1 tiếng trở lên.

6. Mở bỏ nilon ra, cuốn lại bằng da đậu hũ ky trên.

7. Gói lá chuối lại, hấp khoảng 30 phút.

8. Mở lá chuối ra, để nguội, có thể ăn hấp như vậy, hoặc đem chiên.

Phụ chú:

*Bạn có thể xào 1/2 chén sả với ớt bằm và 1 muỗng cafe muối, 1 m cafe đường cho thơm. Trộn vào nhân trên với 1 muỗng canh đậu phộng rang đâm hơi nát.

Yoba Roll

Makes two rolls

This is served in place of a pork roll.

Ingredients:

1 pound frozen yoba (bean curd sheet, available at frozen section of Asian super market)

1 tablespoon salt

1 tablespoon sugar (or maple syrup)

2 tablespoons soy sauce

2 tablespoons sesame oil

1 tablespoon pepper corns or 1 tsp ground pepper

2 tablespoons shredded black ear fungus stir fry (optional)

1 tsp vital wheat gluten (to get mixture more tenacious)

4 10x10 inch banana leaf (boiled and dried well to help prevent tearing when wrapping).

Chả Lụa Chay

Công thức này làm được hai cây chả

Món này được thay cho chả lụa.

Vật liệu:

1 pound đậu hũ ky tươi (đông đá)

1 muỗng canh muối

1 muỗng canh đường

2 muỗng canh nước tương

2 muỗng canh dầu mè

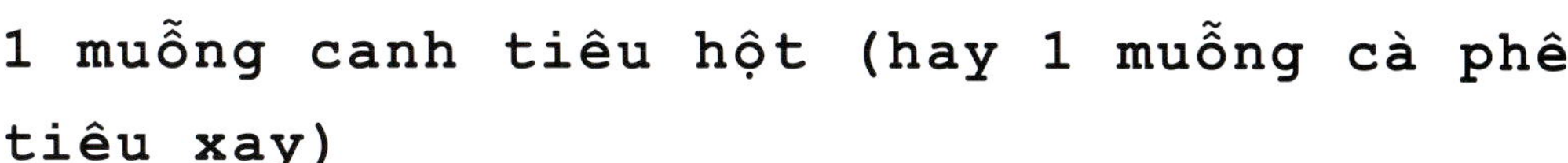

1 muỗng canh tiêu hột (hay 1 muỗng cà phê tiêu xay)

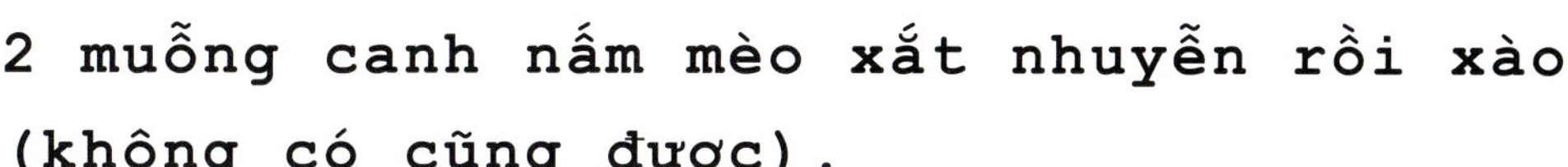

2 muỗng canh nấm mèo xắt nhuyễn rồi xào (không có cũng được).

1 muỗng cà phê bột mì căn (giúp cho dai và dính hơn, không có cũng được)

4 miếng lá chuối khoảng 10×10 inch (luộc lá, lau khô, khi gói sẽ không bị rách)

Steps:

1. Wash yoba 3 times with hot water, or briefly soak in boiling water (if too long it will get crumbly), use a cheese cloth to line a colander, put yoba in the colander, sprinkle salt over it, mix well, let it sit for 20 minutes.

2. Hold the end of the cheese cloth together to make a money bag with yoba inside, squeeze well to extract excess water from yoba.

3. Put yoba to a big bowl, run a knife though it a few times to roughly cut the yoba into smaller pieces. Add sugar, soy sauce, oil, pepper corns, black ear fungus, wheat gluten mix well.

4. Divide yoba into 2 portions, put each portion into a plastic bag, tie with string or 4 rubber bands to make a roll (or stuff each portion well into a can with 2 ends opened to shape like a roll). Refrigerate for at least 1 hour to form a tight roll.

5. Remove yoba from the plastic bag or can, discard plastic, wrap yoba with 2 layers of banana leaf, place 1 horizontally and another diagonally, tie well with a cotton string.

6. Steam on high heat for at least 45 minutes to have a smooth texture.

bean curd sheet

Cách làm:

1. Rửa đậu hũ ky 3 lần bằng nước nóng hay trụng đậu hũ ky thật nhanh (luộc lâu quá sẽ bị bở); lấy miếng vải lót rổ, cho đậu hũ ky vào, rắc muối vào, trộn đều, để cho rỏ nước khoảng 20 phút.

2. Túm vải lại thành cái túi, vắt đậu hũ ky cho ráo nước.

3. Cho đậu hũ ky vào tô lớn, lấy dao cắt vài đường cho đậu hũ ky nhỏ miếng lại. Trộn đường, nước tương, dầu mè, tiêu, nấm, bột mì căn vào cho đều.

4. Chia đậu hũ ky ra làm 2 phần, dồn vào 2 bao nilon thành cuộn tròn, xong buộc 2 đầu (hay nhét chặt vào 2 cái lon có 2 đầu rỗng nắp để tượng hình cuộn tròn. Để vô tủ lạnh ít nhất 1 tiếng cho dính lại thành khối.

5. Lót hai lớp lá, 1 theo bề ngang, 1 theo bề dọc. Rút chả ra từ bao hay lon, bỏ bao nilon, gói lá lại, buộc dây.

6. Hấp lửa cao, ít nhất 45 phút thì chả mới mịn.

Roasted Bean Curd Roll

Makes 1 roll for about 8 servings

Ingredients:

Outer layer:

1 1/2 pound frozen bean curd sheets

1 teaspoon salt

Sauce for outer layer:bean curd sheets

8 tablespoons maple syrup or sugar

8 teaspoons olive oil

1/4 teaspoon ground black pepper

2 teaspoon salt

1 teaspoon five-spice powder

2 tablespoon low-salt soy sauce

Đậu Hũ Ky Cuốn Nấm Nướng

Vật liệu cho 8 phần ăn

Phần ngoài:

. 1 1/2 pounds (675g) đậu hũ ky đông lạnh

. 1 m cà phê muối

Xốt cho phần ngoài: đậu hũ ky

. 8 m canh maple syrup (hay đường)

. 8 m cà phê dầu ô liu

. 1/4 m cà phê tiêu xay

. 2 m cà phê muối

. 1 m cà phê ngũ vị hương

. 2 m canh nước tương nhạt

Stuffing:

2 pounds of assorted ground mushrooms

1 tablespoon oil

1/2 teaspoon salt

1/2 tablespoon maple syrup or equivalent sweetener

1/2 teaspoon five-spice powder

1/4 teaspoon or a few dashes of black pepper

To wrap:

2 layers of 15x15 banana leaves

30-inch cotton string

Sauce for roasting:

•2 tablespoons pure maple syrup

•2 tablespoons olive oil

•1/8 teaspoon black pepper

•1 1/2 teaspoon salt

•1/2 tablespoon soy sauce

•1/2 teaspoon paprika

Nhân:

. 2 pounds nấm đủ loại, xay nhuyễn

. 1 m canh dầu

. 1/2 m cà phê muối

. 1/2 m canh maple syrup hay đường

. 1/2 m cà phê ngũ vị hương

. 1/4 m cà phê tiêu xay

Gói:

. 2 lớp 15x15 inch lá chuối

. 1 cọng dây 30-inch để buộc

Nước xốt để nướng:

. 2 m canh maple syrup (hay đường)

. 2 m canh dầu ô liu

. 1/8 m cà phê tiêu xay

. 1 1/2 m cà phê muối

. 1/2 m canh nước tương

. 1/2 m cà phê paprika
(bột ớt chuông đỏ)

bột ớt paprika

Steps:

1. Rinse frozen bean curd sheets with hot water 3 times. Marinate in salt for 5 minutes. Put in a cheese cloth to squeeze out excess water.

2. Combine ingredients of sauce for the outer layer and mix well.

3. Sauté the mushooms.

4. Lay the banana leaves on a flat surface, spread the bean curd on the banana leaves, put the mushroom mixtures at the end near you. Wrap tightly, tie with a string.

5. Steam for 1 hour. Let cool completely.

6. Unwrap the roll.

7. Combine the sauce for roasting and mix well.

8. Brush the roll with sauce.

9. Fill the baking tray with about 1 cup water, put the roll on the rack, place the rack on the baking tray (to prevent the tray from burning).

10. Bake at 350 degrees F. Brush with sauce every 15 minutes. Bake for about 1 hour or until brown.

The famous vegetarian,
Dr. J. H. Kellogg, said,
"When we eat vegetarian food,
we don't have to worry about
what kind of disease the food died of.
This makes a joyful meal!" ☺

Cách làm:

1. Rửa đậu hũ ky với nước nóng 3 lần. Trộn muối đều, chờ 5 phút sau. Bỏ vào vải the vắt thật ráo nước.

2. Trộn đều nước xốt của phần ngoài vào đậu hũ ky.

3. Xào nấm cho thơm.

4. Trải lá chuối ra mặt bàn, trải đậu hũ ky lên lá, cho nấm vào bìa đậu hũ ky. Cuộn chặt, cột dây.

5. Hấp 1 tiếng. Chờ cho thật nguội.

6. Mở dây và lá ra.

7. Trộn nước xốt để nướng cho đều.

8. Phết nước xốt lên cuộn đậu hũ ky.

9. Đổ chừng 1 chén nước vào mâm nướng. Để cuộn đậu hũ ky lên vĩ, xong để vĩ lên mâm nước (để khỏi khét mâm).

10. Nướng 350 độ F (177 độ C). Cứ mỗi 15 phút, lăn trở và phết nước xốt lên đậu hũ ky. Nướng khoảng 1 tiếng hay cho đến khi vàng đều.

Người ăn chay trường nổi tiếng: Bác sĩ J.H. Kellogg nói:
"Khi ăn chay, chúng ta không cần phải lo nghĩ là con vật mình đang ăn đã chết vì bệnh gì. Điều này khiến cho ta được một bữa ăn vui vẻ." ☺

Toasted Vegetarian Spring Rolls

Makes about 50 rolls

Ingredients:

10 oz baby portabella mushrooms, shredded (or white mushrooms, we prefer baby portabella mushroom because of its tough texture)

2 oz dry shiitake mushrooms, soak in warm water, drain, and shred

2 oz dry black ear mushrooms, soak in warm water, drain, and shred

2 oz dry bean thread, soak in warm water

1 lb carrots, shredded

1 lb cabbage, shredded

1 package (12oz) firm tofu, boiled, drained well, crushed

2 packages (50 sheets, 8x8) of frozen spring roll pastry to wrap

Chả Giò Nướng

Khoảng 50 cuốn

Vật liệu:

10 ounces nấm baby bella, xắt cọng (hay nấm trắng cũng được, chúng tôi thích nấm này vì nó chắc thịt hơn)
2 ounces nấm đông cô khô, ngâm nước cho mềm, xắt cọng
2 ounces nấm mèo đã xắt cọng rồi, ngâm nước cho mềm
2 ounces bún tàu, ngâm nước cho mềm, cắt khúc
1 pound cà rốt, bào cọng
1 pound bắp cải, xắt cọng
1 hộp đậu hũ loại cứng (12oz) luộc, ép hết nước, bóp nhuyễn
2 bao (50 miếng, 8x8 in)
da chả giò

frozen spring roll pastry

Seasoning:

2 tbsp sugar

1 tbsp salt

1 1/2 tbsp soy sauce

1/2 tsp ground black pepper

4 tbsp canola oil

1 tbsp minced ginger

Steps:

1. In a large pan, stir fry all mushrooms in high heat with 2 tbsp of oil, 1/2 tbsp ginger, 1 tbsp sugar, 1/2 tbsp salt, 1/4 tsp black pepper, 1/2 tbsp soy sauce until brown and fragrant. Transfer mixture to a large bowl.

2. Using the same pan, stir fry carrots on high heat with 1 tbsp of hot oil, 1/4 tbsp ginger, 1/2 tbsp sugar, 1/4 tbsp salt, 1/8 tsp black pepper, 1/2 tbsp soy sauce until soft and dry. Transfer this mixture to the bowl of mushrooms.

3. Repeat step 2 and stir fry the cabbage.

4. While the cabbage still hot, add in the bean thread, mix well.

5. Combine all the mixtures (1-4) well.

Gia vị:

2 m canh đường
1 m canh muối
1 1/2 m canh nước tương
1/2 m cafe tiêu xay
4 m canh dầu canola
1 m canh gừng bằm nhuyễn

Cách làm:

1. Xào nấm đông cô, nấm mèo, nấm bella với 2 m canh dầu, 1/2 m canh gừng, 1 m canh đường, 1/2 m canh muối, 1/4 m cafe tiêu, 1/2 m canh nước tương cho vàng và thơm. Để ra thau.

2. Xào cà rốt với 1 m canh dầu, 1/4 m canh gừng, 1/2 m canh đường, 1/4 m canh muối, 1/8 m cafe tiêu, 1/2 m canh nước tương cho chín và khô. Cho ra thau cùng với nấm đã xào.

3. Xào bắp cải cũng giống như trên.

4. Khi bắp cải còn nóng, cho bún tàu vô trộn cho đều.

5. Trộn đều tất cả nhân (1-4) lại.

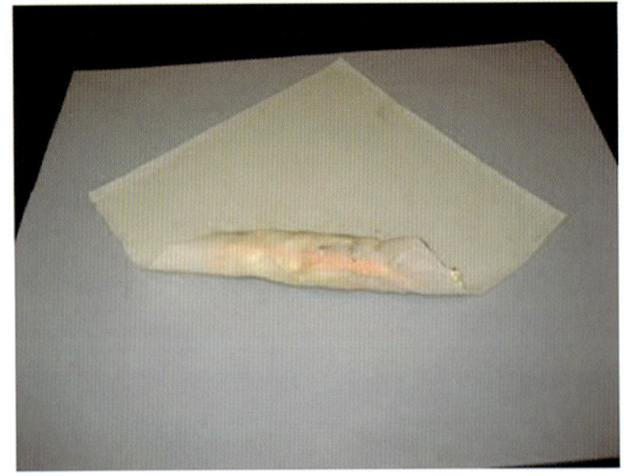

6. Wrap. Refer to page 124 for instructions on how to wrap spring rolls. To seal the tip of the spring roll, put water in a small bowl. Dab a finger in the water and run wet finger over the triangular tip. Roll the wrap end over wet edge to seal the roll nicely.

7. Since the mixture is pre-cooked, a healthy alternative to frying is to toast the rolls in a toaster oven. In a standard toaster oven, 7 rolls can be toasted at one time. Turn the toaster to top brown, toast 2 times, turn the rolls over, toast 2-3 more times until golden brown.

8. Serve immediately over a bed of greens and if desired, a light dipping sauce.

chả giò chiên

fried spring rolls

6. Cuốn, xem trang 125 chỉ dẫn cách cuốn. Bạn có thể lấy một chén nước nhỏ để dán đầu cuốn. Nhúng ngón tay vào nước rồi thoa vào gốc tam giác vòng bìa, xong cuộn vào sẽ làm dính lại.

7. Vì tất cả đã chín, bạn có thể toast trong lò nhỏ 7 cuốn một lần. Cuốn 7 cuốn xong thì nướng. Vặn nút lò lên top brown. Toast 2 lần, rồi trở bề, toast thêm 2, 3 lần nữa.

8. Ăn nóng với rau sống và chấm nước tương pha.

Winter Rolls

These delicious rolls with a sweet taste and crunchy texture are healthy and easy to make.

for 15 rolls

Ingredients:

2 tablespoons oil

1 teaspoon minced ginger

1 large jicama, peeled, shredded

1 tablespoon soy sauce

1 tablespoon sugar

1 teaspoon salt

rice paper

Seasoning:

A few dashes of ground black pepper

15 rice papers (8.5 inch diameter)

romaine lettuce

1 cucumber, sliced length wise, cut each slice long enough for a roll

mint leaves

1 tablespoon crushed peanuts

Bì Cuốn

Món này có vị ngọt, ngon giòn,rất bổ dưỡng và cũng dễ làm.

jicama củ sắn

Vật liệu cho 15 cuốn

2 m canh dầu

1 m cà phê gừng bằm

1 củ sắn lớn, lột vỏ, xắt cọng

1 m canh nước tương

1 m canh đường

1 m cà phê muối

Gia vị:

một chút tiêu

15 bánh tráng

cải xà lách

trái dưa leo, cắt lát vừa đủ để cuốn

rau sống: rau răm, rau hún, dấp cá

1 m canh đậu phộng đâm hơi nát

Steps:

Place a pan over medium-high heat. When the pan is hot, add the oil. Allow the oil to heat, then add the ginger. Brown the ginger. Start adding the jicama a handful at a time, stirring occasionally. Add in the soy sauce, sugar, salt, and black pepper. Stir fry until the jicama is dry and soft. Remove from the heat. Allow the jicama to cool to room temperature before wrapping the rolls.

To wrap:

You need 2 cutting boards or 2 large plates. Fill a large, shallow, circular bowl with warm water.

1. Dip one wrapper into the warm water for 2-3 seconds to soften. Lay wrapper flat onto cutting board or plate. Repeat and place a second piece of rice paper onto the other wrapping surface.
By doing this, you save time; a rice paper will always be ready to roll.

2. Put a piece of lettuce, 1 slice of cucumber, 3 mint leaves (or more) on the rice paper, at the end near you.

3. Add about 1 tablespoon of the jicama and sprinkle some crushed peanuts on top.

4. Fold the two sides.

Cách làm:

Bắc chảo lên bếp cho nóng, chế dầu vào, chờ dầu nóng, bỏ gừng vào khử cho vàng. Bắt đầu cho củ sắn từ nắm tay vào xào đều, xong nêm nước tương, đường, muối và tiêu vào. Xào cho đến khi củ sắn khô và mềm, rồi nhắc chảo ra khỏi bếp, để cho nguội trước khi cuốn.

Cách gói thành cuốn:

Cần 2 cái thớt hoặc 2 cái dĩa lớn. Một tô nước lớn bề ngang bằng cái bánh tráng để đựng nước ấm ấm.

1. Nhúng bánh tráng vào tô nước chừng 2-3 giây cho mềm, trải ra trên thớt hay dĩa. Nhúng một cái nữa giống như vậy. Làm như thế sẽ nhanh hơn vì lúc nào cũng có sẵn bánh tráng mềm để cuốn.

2. Để một lá xà lách, một lát dưa leo, 3 lá rau sống (hay nhiều hơn) lên bánh tráng về phía mình.
3. Rải dài theo lên xà lách và rau một muỗng canh củ sắn, rồi rắc lên trên một chút đậu phộng.

4. Xếp hai đầu hai bên bánh tráng lại

5. Fold the end near you.

6. Start rolling it away from you, tucking as you roll to make the roll tight.

7. Transfer the roll onto a plate; cover the roll(s) with a moist towel. Repeat the steps to make 15 rolls.

Dip the rolls in a sweet and sour soy sauce to enhance the flavor.

If we want to do everything just right, we need to have patience.

Venerable Master Hua

5. Xếp phần đầu bánh tráng gần mình, cuốn tròn theo phần nhân.

6. Bắt đầu cuốn tròn ra xa phía mình, vừa cuốn vừa gói túm 2 bên cho chặt lại.

7. Đặt cuốn bì mới làm và những cuốn sau vào dĩa rồi phủ trùm khăn ướt lên.

Tiếp tục cuốn giống như vậy sẽ cho ra 15 cuốn.

Khi ăn, chấm bì cuốn vào nước tương chua ngọt rất hạp khẩu.

Nếu muốn làm các việc cho đúng, chúng ta cần phải có tâm nhẫn nại.
HT Tuyên Hóa

Baked Tofu Corn Cake

(Makes about 8 servings)

Ingredients:

8 shiitake mushrooms (soaked to soften if dried)

4 handfuls dried wood ear mushrooms, soaked to soften, ground

1 bunch bean thread, soaked, cut into 2 inch sections.

2 ears of corn, sliced kernels off the cob (or 10 oz frozen corn)

1 packet Nasoya firm tofu, boiled 5 minutes, crushed

1 tablespoon oil

1 teaspoon ginger, crushed

2 teaspoons salt

2 tablespoons maple syrup (or sugar or to taste)

1/2 teaspoon black pepper

1/2 teaspoon paprika

Chả Bắp Nướng

Cho khoảng 8 phần ăn

Vật liệu:

•8 tai nấm đông cô (nếu khô thì ngâm nước cho mềm), xay nát

•4 nắm tay nấm mèo, ngâm nước cho mềm, xay nát

•1 lọn bún tàu, ngâm nước sơ cho mềm để cắt ngắn khoảng 2 in

•2 trái bắp chín, cắt lấy hột, xay nát (hay khoảng chừng 10 oz bắp hột đông đá)

•1 hộp đậu hũ Nasoya loại cứng,luộc chừng 5 phút, ép khô nước, bóp nát

•1 m canh dầu

•1 m cafe gừng bầm

•2 m cafe muối

•2 m canh mapple syrup hay đường

•1/2 m cafe tiêu

•1/2 m cafe paprika (bột đỏ sẽ có màu đẹp hơn)

Steps:

1. Preheat oven to 375 F.
2. In a wok/pan, add oil, stir fry ginger until golden brown, add mushrooms, stir fry add sugar, salt. Turn off heat.
3. In a large bowl, mix in tofu, corn, bean thread, pepper, paprika, and stir fried mushrooms (2).
4. Oil baking pan, add in above mixture.
5. Bake 45 minutes.
6. Served with broken rice, brown rice, French bread.... Add pickle and soy sauce to taste if desired.

Man and Beast Alike
Just as a mother loves her children,
A mother hen loves her chicks.
See how she takes them out on a walk,
Carrying her youngest on top of her back.

Cách làm:

1. Vặn lò trước với 350 độ F (preheat).

2. Bắc chảo cho nóng, cho dầu vào, chờ nóng, khử gừng cho thơm, cho nấm đông cô vô xào thơm, cho nấm mèo vào xào thơm, cho muối, xào đều.

3. Trộn đều đậu hũ, bắp, bún tàu, paprika, tiêu và nấm xào vào(2).

4. Thoa chút dầu vào khuôn để không dính, cho hỗn hợp trên vô khuôn.

5. Nướng 45 phút.

6. Ăn với cơm tấm, cơm gạo lức, bánh mì Pháp... Cho thêm đồ chua và nước tương nếu thích.

Người và Thú Giống Nhau

Như một bà mẹ yêu thương con mình,
Gà mái cưng yêu bầy gà con.
Hãy xem cách nó dẫn con đi dạo,
Đều là cõng nhỏ út trên lưng.

Sauteed Tofu with Mushrooms

(Makes about 4 servings)

This dish is perfect with hot jasmine rice or brown rice. However, it is very salty! If you are sensitive to salt, reduce the salted black beans.

Ingredients:

- 1/2 packet of hard tofu, cubed, boiled for 3 minutes, drained well in colander
- 1 teaspoon minced ginger
- 1 tablespoon canola oil
- 2 tablespoon salted black beans or fermented soybeans
- 1/3 cup water mix with 1 tablespoon corn starch
- 1 tablespoon maple syrup or equivalent sweetener
- 1 tablespoon light low-salt soy sauce
- 1 teaspoon minced chili pepper (optional)
- 1 teaspoon sesame oil
- 8 shiitake dried mushrooms, soaked to soften, diced (or baby bellas)
- 1 tomato, sliced
- 1 small cucumber, sliced

Đậu Hũ Xào Sả Tế

Món này có tàu xì hơi mặn, nếu ai có máu cao nên bớt lượng tàu xì lại, ăn với cơm gạo thơm nóng hay cơm gạo lức.

Vật liệu cho khoảng 4 phần ăn:
- 1/2 hộp đậu hũ cứng hiệu Nasoya, xắt vuông, luộc 3 phút, cho ra rổ để ráo nước
- 1 m cafe gừng bằm
- 1 m canh dầu canola
- 2 muỗng canh tương hột đen (tàu xì, black bean)
- 1/3 cup nước lạnh hòa với 1 muỗng canh bột corn starch (bột bắp)
- 1 muỗng canh maple syrup (hay đường)
- 1 muỗng canh nước tương (xì dầu loại nhạt)
- 1 trái ớt hiểm bằm nhỏ (nếu không thích ăn cay thì khỏi)
- 1 muỗng café dầu mè
- 8 tai nấm đông cô, ngâm mềm, rửa sạch, cắt hạt lựu (hay nấm baby bellas)
- 1 trái cà cắt lát
- 1 trái dưa leo nhỏ cắt lát

Steps:

1. In a hot pan, add canola oil, ginger, chili pepper, stir well until brown, add mushrooms, stir well until brown, add soy sauce, blackbean, tofu stir quickly until all mixed.

2. Add flour mixture, sesame oil, stir quickly, removed from stove.

3. Transfer to a plate, arrange tomato and cucumber around the plate.

salted black beans
tương hột đen

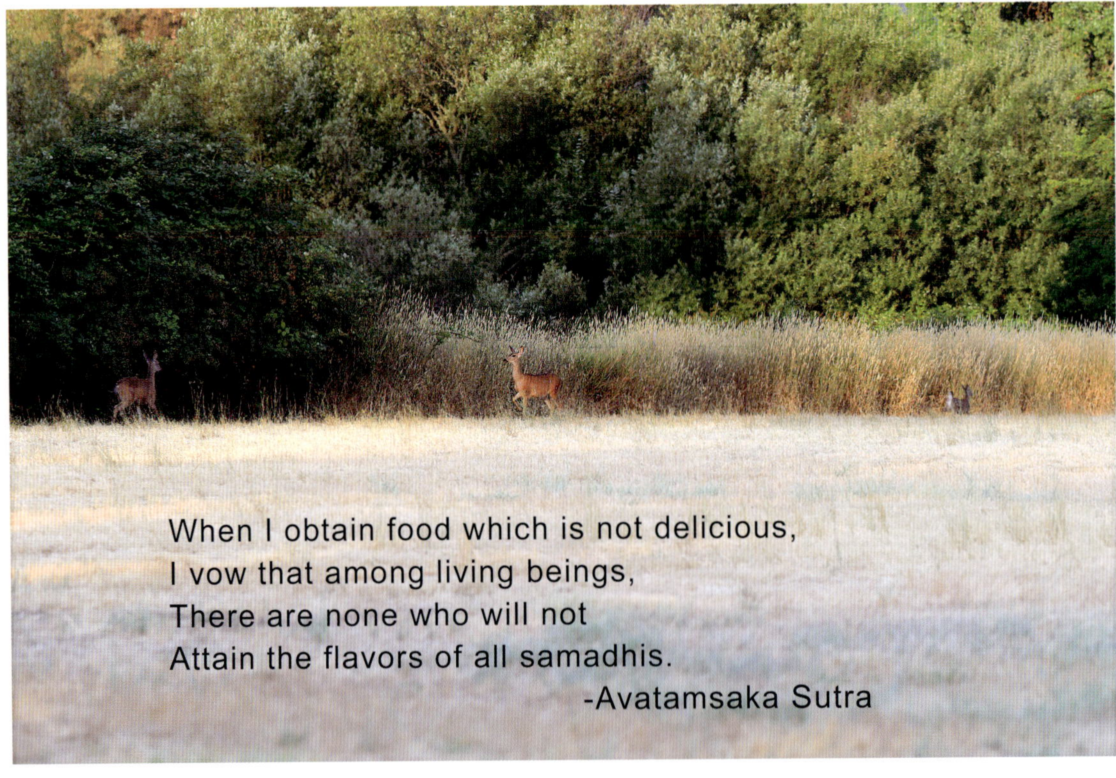

Cách làm:

1. Bắc chảo lên bếp, cho dầu, gừng, ớt vào xào cho thơm, cho nấm vào xào cho vàng, nêm vào nước tương, tương hột đen, đậu hũ, xào nhanh tay cho đều.

2. Đổ hỗn hợp nước bột vào, đổ dầu mè vào rồi xào nhanh tay và nhắc xuống.

3. Cho ra dĩa, sắp cà chua, dưa leo chung quanh.

Vegetarian Thai Curry

Makes 8 servings

Ingredients:

10 dry shiitake mushrooms

1 package firm tofu, cubed

A.

2 cloves

1 tablespoon coriander seeds

1 teaspoon cumin seeds

5 black pepper corns

B.

2 tablespoons minced lemon grass

2 teaspoons minced ginger

2 teaspoons turmeric powder

1 minced chili pepper (optional)

Cà Ri Thái Chay

Công thức cho 8 phần ăn

Vật liệu:

10 tai nấm đông cô

1 hộp đậu hũ, cắt miếng vuông

A. Gia vị

2 đinh hương (cloves)

1 m canh hột ngò rí (coriander seeds)

1 m cà phê hột ngò om (cumin seeds)

5 hột tiêu đen (black pepper corns)

B. Gia vị

2 m canh sả bằm (minced lemon grass)

2 m cà phê gừng bằm (minced ginger)

2 m cà phê bột nghệ (turmeric powder)

1 trái ớt cay bằm (nếu ăn cay)

C.

1 sweet potato, peeled and cubed

2 potatoes, peeled and cubed

2 bell peppers, sliced

1 eggplant, cubed

D.

4 tomatoes, cut into quarters

6 tablespoons sweetener

2 tablespoons salt

2 tablespoons oil

1/2 can (200 ml) coconut milk

Everything is made from the mind alone.
If you thing something is difficult,
Then it is difficult; if you think
Something is easy, then it is easy.

Venerable Master Hua

C. Củ quả

1 củ khoai lang, gọt vỏ, cắt miếng vuông

2 khoai tây, gọt vỏ, cắt miếng vuông

2 trái ớt chuông, cắt miếng vuông

1 trái cà nâu, cắt miếng vuông

D. Phần còn lại

4 trái cà, cắt làm tư

6 m cà phê đường (hay chất làm ngọt)

2 muỗng canh dầu

2 m canh muối

1/2 lon (200 ml) nước cốt dừa

Vạn pháp duy tâm tạo,
Nếu mình nghĩ là khó thì nó sẽ rất khó khăn,
Nếu mình cho là dễ thì nó sẽ rất dễ dàng.

HT Tuyên Hóa

Steps:

1. Soak mushrooms in hot water for 30 minutes or until soft. Wash well to remove grit and squeeze out water. Trim off the stems and cut into quarters.

2. Combine spices from A and grind, using a coffee grinder. (When cooking, fresh ground seasonings always taste better).

3. Combine ingredients from B and mix well.

4. Heat 1 tablespoon oil in a pan, over medium-high heat. Sauté mushrooms until brown. Add sweet potato, potatoes, eggplant, bell peppers from C. Sauté until brown. Remove from pan and set aside.

5. In the same pan, add 1 tablespoon oil and sauté spices from A until brown and fragrant. Next add the mixture of ingredients from B and sauté until brown.

6. Add tomatoes, sweetener and salt. Sauté until dry.

7. Add mushrooms, all potatoes and enough water to cover vegetables. Bring to a boil, and cook for 15 minutes. Add eggplant, bell peppers and tofu.

8. Cook for another 15 minutes or until vegetables are done.

9. Add coconut milk and bring to a boil. Remove from heat and serve.

Cách làm:

1. Ngâm nấm đông cô bằng nước nóng cho mau mềm, rửa sạch, vắt ráo nước. Cắt chân nấm để dành làm món khác, cắt tai nấm làm 4.

2. Trộn gia vị phần A, xay nhuyễn bằng máy xay cà phê (gia vị xay nấu liền thì lúc nào cũng ngon hơn).

3. Trộn đều gia vị phần B.

4. Bắc nồi nóng lửa cao, cho 1 muỗng canh dầu vào nồi, chờ nóng rồi xào nấm cho thơm. Xong cho khoai lang, khoai tây, cà nâu, ớt chuông từ phần C vào xào thơm. Trút ra dĩa.

5. Cũng nồi đó, cho 1 muỗng canh dầu vào, chờ nóng, cho gia vị từ phần A vào khử cho thơm, kế đến cho gia vị từ phần B vào khử cho thơm.

6. Cho cà vào xào, nêm nếm đường muối.

7. Cho nấm, tất cả các khoai vào nồi, chế nước cho hơi ngập. Nấu sôi 15 phút, xong thêm cà nâu, ớt chuông và đậu hũ.

8. Nấu cho đến khi rau củ chín, khoảng 15 phút.

9. Cho nước cốt dừa vào, nấu sôi, tắt bếp.

Seitan Stew

Makes 4 servings

This is from a very famous Vietnamese dish, beef stew, where we used seitan to substitue for the beef. The best way is to cook it in the crock pot overnight.

Ingredients:

1 box of 10 oz vital wheat gluten (can be bought in whole foods in flour section)

3 oz tomato paste

4 carrots, cut in half lengthwise then cut into 2-inch long pieces

4 celery stalks, cut into 2-inch long pieces

1 red bell pepper, cut into 2x2 inch pieces

Mì Căn Hầm Ngũ Vị

Đây là từ món bò kho Việt nổi tiếng, chúng tôi dùng mì căn thay cho thịt bò. Tốt nhất là nấu bằng nồi slow cooker để qua đêm.

Vật liệu cho 4 phần ăn:
1 hộp bột mì căn 10 oz (vital wheat gluten ở chợ Wholefoods)
1/2 lon cà hộp (6oz tomato paste)

4 củ cà rốt, chẻ đôi, cắt khúc dài 2 inch
4 cọng cần tây, cắt khúc dài 2 inch
1 trái ớt chuông đỏ, cắt miếng vuông 2 inch

Seasonings:

3 lemon grass stalks, use the handle of a knife or something heavy to crush each stalk, cut into inch-long pieces.

6 bay leaves

6 anise stars

2 cloves

10 pepper corns

1 4-inch long cinnamon stick

1 tablespoon canola oil

2 1/2 tablespoons salt

1 gallon water

5 tablespoons sugar or equivalent sweetener

wheat gluten

bột mì căn

Even if you are truly talented, you do not have to show off.

Venerable Master Hua

bay leaves

lá cà ri

Gia vị:

3 cây sả, cắt khúc, đập dập
6 lá cà ri
6 cái tai vị (đại hồi)
2 đinh hương
1 nhúm tiêu hột
1 cây quế chi dài
khoảng 4 inch

1 m canh dầu
2 1/2 m canh muối
4 lít nước (có thể dùng nước dừa xiêm)
5 m canh đường
(nếu dùng nước dừa thì bớt đường lại)

cinnamon stick

quế

Dù thật có tài năng xuất chúng đi nữa,
cũng không cần phải hiển bày ra.
HT Tuyên Hóa

Steps:

1. Toast all the spices on medium in the toaster oven.
2. In a 6 quart pot, add oil, then add spices, stir until fragrant.
3. Add carrots, sauté 1 minute.
4. Add celery, sauté 1 minute.
5. Add pepper, sauté 1 minute.
6. Add salt, sugar, stir well for about 2 minutes.
7. Add water, bring to a boil, transfer to a crock pot, cook on high.
8. Take about 3 cups of the broth above, cool to touch to make seitan.
9. In a big bowl, add gluten flour, pour the broth into the bowl, mix well until the flour will no longer absorb more broth. Make into a roll, let it rest for 30 minutes.
10. Turn crock pot on medium, prevent the broth from boiling rapidly or the seitan will harden. From one end of the seitan roll, pull out a very thin piece, roll it to size of a thumb, cut it off from the seitan roll, add to the crock pot. Continue to do so for the rest of the seitan. Stir frequently.
11. Add tomato paste, cook on low overnight or 8 hours. If not, cook on stove on slow fire, simmer for 2 hours.
12. Served with toasted French bread or with flat rice noodles, bean sprouts and basil leaves.

Cách làm:

1. Để gia vị vô lò nhỏ, nướng hoặc rang cho có mùi thơm.

2. Bắc nồi 6 quart, cho dầu, chờ nóng, cho gia vị vô xào cho thơm.

3. Cho cà rốt vào, xào khoảng 1 phút.

4. Cho cần vào, xào 1 phút.

5. Cho ớt vào, xào 1 phút.

6. Nêm đường muối, xào cho thấm 2 phút.

7. Cho nước vào, nấu sôi, xong chuyển qua nồi slow cooker, để lửa cao.

8. Múc ra 3 chén nước, chờ nguội để làm mì căn.

9. Đổ bột mì căn vào một tô lớn, chế nước hầm vô trộn đều cho đến khi thấy mì căn không còn thấm nước được nửa. Cuộn tròn, để yên mì căn 30 phút.

10. Vặn medium, không cho nước lèo sôi, nếu sôi bùng mì căn sẽ bị cứng. Từ 1 đầu của cuốn mì căn, vừa kéo ra vừa cuốn thành hình như khoảng ngón tay cái. Ngắt đứt cho vô nồi ở trên. Tiếp tục làm như vậy cho đến hết cuốn mì căn. Nhớ lấy đũa quậy cho mì căn không dính dưới đáy nồi, và không dính với nhau.

11. Cho cà hộp vô nồi slow cooker, nấu low, hầm qua đêm khoảng 8 tiếng. Nếu không thì để lửa riu riu, nấu 2 tiếng trên bếp.

12. Ăn với bánh mì hay bánh phở với giá, rau rau quế rất ngon.

Shredded Veggies Flavored with Marinated Fermented Bean Curd

Makes approximately two 36 oz jars

Ingredients:

•1 cup shiitake mushrooms, soaked in water until soft, squeeze the water from the shiitake mushrooms and shred.

•1 pinapple, shredded

•5 pieces fried tofu, shredded

•1 pound carrot, shredded, add 1 tablespoon salt, let sit for 5 minutes, use cheese cloth to squeeze out the extract excess water from carrot.

•4 cucumbers, keep skin, scratch out the seeds, shred. Add 1 tbsp salt, squeeze well to extract excess water from cucumbers.

•1 bag salted radish strips

•1 jar fermented beancurd, add 1/2 cup sugar, mash into paste

•1 package ground toasted rice

•3 pieces of ginger, sliced

•fresh chili, shredded

•oil, salt, sugar

Mắm Chay

Khoảng 2 keo 36 oz

Vật liệu:

1 chén nấm đông cô,
ngâm nước cho mềm,
xắt cọng
1 trái thơm, xắt
cọng
5 miếng đậu hũ,
chiên vàng,
xắt cọng
1 pound cà rốt, bào
cọng,
cho vào 1 m canh muối,
chờ 5 phút,lấy vải vắt khô

4 trái dưa leo, để vỏ,
bỏ ruột, bào cọng lớn, cho
vào 1 m canh muối, lấy vải vắt khô
1 bao củ cải muối ngọt,
thứ đã xắt cọng nhuyễn
1 hủ chao,
trộn 1/2 chén đường, bóp nát
1 gói thính
3 lát gừng
trái ớt, xắt cọng nhuyễn
(ít nhiều tùy ý)
dầu, muối, đường

fermented beancurd

chao

Rim thơm
Pineapple stirfried

(step 2)

Steps:

1. Heat 1 tbsp. oil in a wok, add ginger and stir fry until golden, take out ginger then add mushrooms, begin to stir fry. Add 1/2 tbsp sugar, 1/2 tbsp salt and continue to stir fry until golden brown.

2. Heat 1 tbsp oil in a wok, add pinapple, 1/2 tbsp sugar, 1/2 tbsp salt, stir and cook until dry. See photo on page 149.

3. Combine and mix well all ingredients. Stuff in a jar and put in refrigerate overnight. It will be ready the next day.

Two Pigs Try to Escape

In the past, in the year 601 of the Sui Dynasty, there was a person from Wei Nan who was lodging with a family. Once, in the middle of the night, he heard some pigs talking among themselves.

One pig said, “It’s the end of the year. Tomorrow they plan to kill me and make a pork dish out of me. Where should I escape to?”

Another pig said, “Let’s go to my sister’s house at the north end of the river.”

The two pigs actually went there. The next day, the owner, unable to find the two pigs, suspected the tenant of stealing and hiding them. The tenant told owner about the conversation he had overheard the night before. Together they went to that place north of the river and sure enough they retrieved the pigs.

from The Book of Sui

Cách làm:

1. Bắc chảo nóng, đổ dầu vào, chờ nóng, cho gừng lát vào, khử vàng, bỏ gừng ra. Cho nấm vào xào, nêm vào 1/2 m canh đường, 1/2 m canh muối, xào cho thật vàng.
2. Cho dầu vào chảo, chờ nóng, xào thơm, nêm vào 1/2 m canh đường, 1/2 m canh muối. Rim cho khô.
3. Trộn tất cả cho đều, cho vào keo, để vô tủ lạnh qua 1 đêm là ăn được.

Hai Chú Heo Bỏ Trốn

Chuyện ngày xưa- Vào cuối triều Tùy năm 601, có một vị từ Vị Nam, Trung Hoa tới ở trọ một nhà nọ. Vào nửa đêm, ông nghe tiếng hai chú heo nói chuyện với nhau.

Một chú nói: Hôm nay là ngày cuối năm, ngày mai họ sẽ giết tôi để làm món thịt heo cúng Tết. Tôi nên đi đâu trốn đây?

Chú nọ trả lời rằng: Vậy tụi mình hãy đến nhà chị tôi ở phía bắc cuối con sông đi.

Hai chú heo thật sự là đã đi đến đó. Qua ngày hôm sau, ông chủ nhà tìm không thấy hai chú heo đâu, liền khởi lòng nghi là người ở trọ bắt trộm hai chú heo đem đi dấu. Vị ở trọ bèn kể lại với ông chủ nhà về việc đêm hôm trước đã nghe hai chú heo nói chuyện với nhau. Hai người bèn đi đến phía Bắc của con sông, và y như rằng họ đã tìm thấy hai chú heo đang ở đấy.

Nguồn: Tùy Thư

Tofu with Tomatoes

Approximately

5 servings

Ingredients:

1 large cake firm tofu
2 tomatoes
150 g jumbo lima beans
1 cup vegetarian soup stock
(or plain water)
1 tsp cornstarch (dissolved in ¼ cup water)

Seasonings:

1 tsp sea salt
1 tsp sugar

Steps:

1. Boil jumbo lima beans until cooked, remove from water, and allow to drain. Cut tofu and tomatoes into cubes.
2. Heat 1 tbsp oil in a wok. Add tomatoes and stir fry until fragrant (1-2 minutes). Add the rest of the ingredients, seasonings, and soup stock (or water). Cover and simmer for 5 minutes, stirring occasionally.
3. Uncover and gradually pour in corn starch water until it forms a light sauce. Serve hot.

Đậu Hũ với Xốt Cà Chua

Vật liệu cho 5 phần ăn:
1 hộp đậu hũ Nasoya loại cứng
2 trái cà chua
150 gm đậu lima
1 tách nước soup hay nước lã
1 m cà phê bột bắp hòa trong 1/4 tách nước lạnh

Gia vị:
1 m cà phê muối biển
1 m cà phê đường

Cách làm:

1. Nấu đậu lima cho chín, vớt ra để ráo, cắt đậu hũ và cà chua thành miếng vuông.

2. Chế 1 muỗng canh dầu vào chảo, chờ dầu nóng, bỏ cà chua và đậu hũ vào chiên khoảng 1-2 phút đến khi nghe mùi thơm. Bỏ các vật liệu và gia vị với nước soup (hay nước lã) vào, xong đậy nắp hầm 5 phút, thỉnh thoảng xào trộn lên.

3. Mở nắp và từ từ rưới nước bột bắp dán mỏng thành nước xốt lên đậu hũ, xong cho ra dĩa ăn nóng.

Baked Bean Curd on Sugar Cane Sticks

Makes 15 sticks

Ingredients:

* 2 packets Nasoya extra firm tofu
* 1/2 cup vital gluten wheat flour
* 2 teaspoons sea salt (if using regular salt, reduce the amount)
* 2 tablespoons maple syrup or equivalent sweetener
* 1 teaspoon five-spice powder
* 1 teaspoon low-sodium soy sauce
* 1/4 teaspoon black pepper
* 1 tablespoon oil
* 15 5-inch long sugar cane sticks

Sauce for baking#:

* 1/2 teaspoon paprika
* 1/2 teaspoon sea salt
* 1/2 tablespoon molasses
* 1 tablespoon oil

#Increase amounts if not enough sauce.

sugar cane sticks

Đậu Hũ Bó Mía

Làm được 15 cây

Vật liệu:

•2 hộp đậu hũ Nasoya loại cứng
•1/2 cup bột mì căn
•2 m cafe muối
•2 m canh đường
•1 m cafe ngũ vị hương
•1 m cafe nước tương nhạt
•1/4 m cafe tiêu xay
•1 muỗng canh dầu
•15 khúc mía, chẻ dầy khoảng chiếc đũa, ngắn khoảng 5 in

Nước xốt để phết khi nướng:

•1/2 m cafe bột paprika (bột đỏ cho có màu)
•1/2 m cafe muối
•1/2 m canh molasses (mạch nha) cho có màu hay đường nếu không có mạch nha
•1 m canh dầu

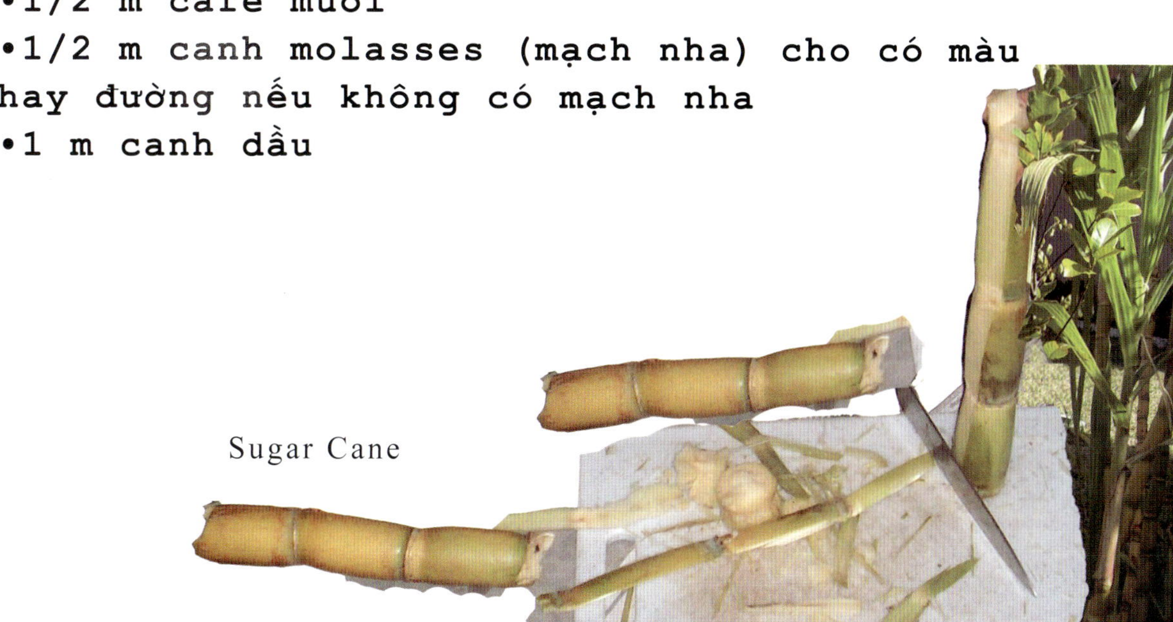

Sugar Cane

Steps:

1. Boil water in a 4-quart pot. Cut each block of tofu into 8 pieces. Add tofu to the pot, reduce heat to medium and simmer for 3 minutes. Drain the tofu, press dry with a paper tower, mash. (A potato ricer can be used to mash the tofu.)
2. In a bowl, combine all ingredients, except the ingredients for the sauce.
3. Take a handful of the above mixture and pack tightly on the sugar cane sticks (peeled and sliced lengthwise into sticks).
4. Put the tofu sticks in a single layer on a steamer. Steam on high heat for 30 minutes.
5. Let the tofu sticks cool completely.
6. Combine the ingredients for the sauce.
7. Transfer tofu stickes to a greased baking sheet. Brush the sauce on the tofu sticks, bake at 350 degrees F for about 15 minutes.
8. Turn the sticks over. Brush the sticks with the sauce on the other side, bake for about 15 more minutes or until brown.

You reap what you sow.

Cách làm:

1. Đậu hũ cắt làm 8 miếng nhỏ, luộc 3 phút, ép ráo nước, bóp nát.
2. Trộn đều tất cả trừ nước phết.
3. Lấy một nắm tay hỗn hợp trên vắt vào cây mía cho thật chặt.
4. Hấp 30 phút.
5. Để cho thật nguội mới không bị bở (có thể làm đêm trước, sáng lại mới nướng).
6. Trộn đều phần nước xốt
7. Phết nước xốt, nướng 15 phút ở 350 độ F
8. Trở mặt trên xuống dưới rồi phết nước xốt lên một lần nữa, nướng thêm khoảng 15 phút nữa hay cho đến khi vàng.

Shiitake Mushroom with Cabbage Hearts

Approximately 5 servings

Ingredients:

½ lb (600 g) cabbage hearts

3 dried shiitake mushrooms (soaked in warm water until soft)

½ cup sliced carrots

Seasoning: ½ tsp sea salt; ½ tsp sugar

Steps:

1. Wash and quarter cabbage hearts. Wash the softened shiitake mushrooms, drain and slice into sections.

2. Heat a small amount of oil in a wok, add sliced mushrooms to hot oil, and briefly stir fry. Then add cabbage hearts, sliced carrots, sea salt, sugar and ½ cup of water (about 125 cc). Cover with a lid and continue cooking over medium-low heat for 6 minutes.

Serve immediately. 

Nấm Đông Cô Xào Lõi Bắp Cải

Làm cho 5 phần ăn

Vật liệu:

600g lõi bắp cải

3 tai nấm đông cô ngâm nước cho mềm

1/2 chén cà rốt cắt lát

Gia vị:

1/2 m cà phê muối biển

1/2 m cà phê đường

Cách làm:

1. Rửa sạch bắp cải, cắt làm tư. Rửa sạch nấm đông cô đã ngâm mềm, để ráo và cắt lát.

2. Bỏ chút dầu vào chảo , đợi nóng, cho nấm vào, xào sơ qua. Xong để vào lõi xà lách, cà rốt, muối, đường và 1/2 chén nước (khoảng 125 cc.), đậy nắp lại, rồi vặn lửa thấp vừa vừa, tiếp tục nấu thêm 6 phút nữa là ăn được.

Jicama with Fried Tofu & Bean Thread

Often can be served with broken rice, rice vermicelli or stuffed French bread.

Ingredients:

. 1 jicama, peeled and shredded

. 3 large pieces of fried tofu (or 1 packet of firm Nasoya tofu), shredded (in place of pork meat)

. 1/2 bunch of bean threads (in place of pork skin)

. 1/2 packet of roasted rice powder

. 1/3 teaspoon salt

. 1 teaspoon sugar (or maple syrup)

. 1 tablespoon canola oil

jicama **củ sắn**

Steps:

1. Stir fry jicama with oil, salt, sugar in high heat until cooked, about 5 minutes (jicama becomes transparent).

2. Parboil bean thread, let dry in a colander, cut into 2-inch sections, mix with ground roasted rice.

3. Mix everything together.

4. Add 3 portions of sugar, 1 portion of salt to taste (for example:1/2 tsp salt then 1 1/2 tsp sugar...).

Bì Chay

Thường được ăn với cơm tấm, bún hay làm bánh mì bì.

Vật liệu:

1 củ sắn, bào cọng
3 miếng đậu hũ chiên, cắt cọng
1/2 gói bún tàu, trụng nước sôi, để ráo
1/2 gói thính
1/3 muỗng cafe muối
1 muỗng cafe đường
1 muỗng canh dầu

Cách làm:

1. Xào củ sắn với dầu, muối, đường ở lửa cao cho chín, khoảng 5 phút (khi củ sắn thành màu trắng trong).
2. Trụng nước sôi bún tàu, để ráo, cắt khúc ngắn 2 in, xong trộn thính vào cho rời rạc.
3. Trộn đều tất cả vào với nhau.
4. Nêm 3 phần đường, 1 phần muối (như 1/2 m cafe muối thì 1 1/2 m cafe đường...).

Double Mushroom Stir Fried with Chinese Broccoli

(Approximately 5 servings)

Ingredients:

1½ lbs. (600 g) Chinese broccoli; 1 box brown sword-belt (Liu Song) mushrooms; 1 box mini-mushrooms; ½ red bell pepper

Seasoning:

1 tbsp shredded fresh ginger; 1 tbsp sesame oil; ½ tsp light-colored soy sauce; ½ tsp sea salt

Steps:

1. Wash all ingredients. Cut Chinese broccoli into 2-inch pieces; cook 1-2 minutes in rapidly boiling water, remove, rinse with cold water, and drain. Trim the stems of the Liu-Song mushrooms. Julienne the red bell pepper.

2. Heat the sesame oil in a wok, add the ginger, and stir fry until fragrant. Then add the Liu-Song mushrooms, mini-mushrooms and red bell pepper. Stir fry until soft (about 3 minutes). Add light-colored soy sauce, Chinese broccoli, and sea salt. Continue stir frying briefly to thoroughly mix all ingredients. Serve immediately.

Nấm Xào Cải Rổ

Vật liệu cho 5 phần ăn:
1 1/2 pound (600mg) cải rổ, một hộp nấm linh chi nâu, một hộp nhỏ nấm bào ngư, 1/2 trái ớt Đà Lạt (đỏ)

Gia vị:
1 muỗng canh gừng tươi xắt nhuyễn
1 muỗng cà phê dầu mè
1/2 muỗng cà phê tương tươi màu lợt
1/2 muỗng cà phê muối biển

Cách làm:

1. Rửa sạch các vật liệu. Cắt cải mỗi đoạn dài 2 in, xong luộc sơ trong nước khoảng 1-2 phút rồi vớt ra xả nước lạnh, để ráo. Cắt bỏ phần gốc của nấm. Xắt cọng ớt Đà Lạt.

2. Chế dầu mè vào chảo, đợi nóng rồi cho gừng vào, khi nghe mùi thơm, bỏ thêm hai loại nấm và ớt vào, xào cho mềm khoảng 3 phút. Xong cho cải vào, nêm nước tương, muối, tiếp tục xào phớt qua một lượt nữa cho thấm là ăn nóng liền.

Yoba on Lemon Grass Sticks

Makes 15 sticks

Ingredients:

1/2 pound frozen bean curd sheets

1/2 tablespoon salt

15 5-inch lemon grass sticks (save the root part for other use, the stem for this course)

30 5x5 banana leaves to wrap 2 layers each

30 10-inch cotton strings to tie

Sauce:

4 tablespoons maple syrup

4 teaspoons olive oil

1/8 teaspoon ground black pepper

1 teaspoon salt

1/2 teaspoon five-spice powder

1 tablespoon low-salt soy sauce

Đậu Hũ Ky Quấn Sả Cây

Làm được 15 cây

cây sả - lemon grass

Vật liệu:

1/2 pound đậu hũ ky tươi.
15 cọng sả, mỗi cọng dài 5 in (phần đầu tép sả để làm món khác, phần thân cọng để làm món này)
30 miếng 5x5 lá chuối để gói 2 lớp mỗi cây
30 cọng dây buộc mỗi cọng dài 10 in

Nước xốt:

4 m canh maple syrup
4 m cafe dầu ô liu
1/8 m cafe tiêu
1/2 m canh muối
1/2 m cafe ngũ vị hương
1 m canh hắc xì dầu

lá chuối
banana leaves

Steps:

1. Rinse frozen bean curd sheets with hot water 3 times. Marinate in salt for 5 minutes. Squeeze out excess water.
2. Combine ingredients for sauce and mix well.
3. Mix bean curd sheets with sauce (2).
4. Take a handful of the above mixture (3) and pack tightly wrap around lemon grass sticks.
5. Wrap with 2 layers of banana leaves tightly, tie with string.
6. Steam 30 minutes. 

"I went snorkeling and noticed how gently the fish welcomed us into their world, as compared to the violence with which we welcomed them into ours. I became a vegetarian."

Syndee Brinkman

Cách làm:

1. Rửa sạch đậu hũ ky 3 lần bằng nước nóng, rắc vào 1 m canh muối, trộn đều, chờ 5 phút sau, vắt nước cho thật ráo.

2. Trộn đều phần nước xốt ở trên với nhau.

3. Trộn đậu hũ ky vào nước xốt (2).

4. Lấy 1 vắt tay đậu hũ ky (3), vắt chặt vào quanh cọng sả.

5. Gói bằng lá chuối 2 lớp, bóp cho thật chặt, lấy dây buộc lại.

6. Hấp khoảng 30 phút.

"Tôi đã dùng ống lặn để ngắm nhìn đáy biển và nhận thấy loài cá chào đón chúng tôi vào thế giới của chúng một cách nhẹ nhàng so với sự bạo lực mà chúng ta đón chào chúng vào thế giới của chúng mình. Tôi trở thành một người ăn chay."

Syndee Brinkman

Pickled Mustard Greens with Bean Curd

Approximately 5 servings

Ingredients:

5 cakes five-spice marinated tofu

1½ lbs/600 gm pickled mustard greens

½ cup shelled broad beans

fresh red chili pepper (to taste)

Seasonings:

¼ tsp sea salt; ¼ tsp sugar;

1 tsp finely diced fresh ginger.

Steps:

1. Rinse tofu, drain, and cut into small cubes. Wash pickled mustard greens, and dice into tiny chunks. Blanch shelled broad beans in a pot of rapidly boiling water, drain, and set aside.

2. Heat 1 tbsp oil in a wok. Add chopped ginger, red chili pepper, and briefly stir fry. Then add tofu cubes and continue to stir fry until fragrant (1-2 minutes). Finally, add mustard greens, broad beans, sea salt, and sugar. Cook well for another two minutes, and serve.

Dưa Cải Xào Đậu Hũ Ướp

pickled mustard greens & shelled broad beans

dưa cải & đậu tằm

Vật liệu cho 5 phần ăn:

5 miếng đậu hũ ướp ngũ vị hương
600 mg dưa cải
1/2 chén đậu tằm (broad bean)
chút ớt tươi màu đỏ để nêm

five-spice marinated tofu

đậu hũ ướp ngũ vị hương

Gia vị:

1/2 m cà phê muối biển
1/4 m cà phê đường
1 m cà phê gừng xắt nhuyễn

Cách làm:

1. Rửa đậu hũ, để ráo và cắt thành miếng vuông nhỏ. Rửa dưa cải và xắt thành miếng nhỏ. Luộc đậu sơ, xong vớt ra rổ để ráo.

2. Chế vào chảo 1 muỗng canh dầu, chờ nóng để khử gừng, rồi xào sơ ớt đỏ, xong để đậu hũ vào, tiếp tục xào khoảng 1-2 phút cho đến khi thơm. Sau cùng để dưa cải, đậu, muối biển và đường vào. Nấu thêm 2 phút nữa là ăn được.

Toasted Portabella Mushrooms

Makes 3 servings

This is a very quick and easy way to cook your mushrooms.

Ingredients:

•3 portabella mushrooms, washed and dried.

Sauce:

•2 tablespoons pure maple syrup or equivalent sweetener

•2 tablespoons olive oil

•1/8 teaspoon black pepper

•1/4 teaspoon sea salt

•1/4 teaspoon oregano (or five-spice powder)

•1/2 tablespoon low-sodium soy sauce

Nấm Nướng

nấm portabella

Cho 3 phần ăn

Đây là cách rất dễ làm và mau cho nấm.

Vật liệu:

3 tai nấm portabella

Nước xốt:

2 m canh pure maple syrup (hay đường)

2 m canh dầu ô liu

1/8 m cafe tiêu

1/4 m canh muối

1/4 m cafe oregano (hay ngũ vị hương)

1/2 m canh nước tương nhạt

Steps:

1. Mix the sauce ingredients together well.
2. Spread the sauce on the mushrooms.
3. Turn the toaster oven to top brown.
4. Lay the mushrooms on the baking pan, stems up.
5. Toast 4 times.
6. They can be served with rice, bread, salad...

with broken rice, pickled carrots, tomato, cucumber, lettuce & soy sauce

với cơm tấm, đồ chua, cà chua, dưa leo, xà lách & nước tương

Cách làm:

1. Trộn đều phần nước xốt ở trên với nhau.
2. Rửa nấm và để ráo rồi ướp nấm với nước xốt.
3. Vặn lò nướng nhỏ đến mức top brown (thật vàng).
4. Đặt nấm vô khay nướng, sắp ngửa lên (cho thấm nước xốt).
5. Nướng (toast, 2 mặt trên dưới lò đều nóng) 4 lần.
6. Ăn với cơm tấm hay kẹp bánh mì, hay xà lách...

Broken rice

kẹp bánh mì *as mushroom burger*

Baby Bok Choy with Mushroom

Approximately 5 servings

Ingredients:

600 g (1 Chinese lb) baby bok choy

3 dried shiitake mushrooms (soaked in water until soft)

1 bunch golden-needle (Enokitake) mushrooms

1/5 large carrot stick

Seasonings:

1 tbsp shredded fresh ginger; ½ tsp sea salt; a dash of sesame oil.

Steps:

1. Wash baby bok choy, drain, and set aside. Squeeze the water from the shiitake mushrooms, and julienne. Trim the stems of the golden-needle mushrooms and cut mushrooms crosswise in half. Scrape skin from carrot and julienne.

2. Heat 1 tbsp oil in a wok. Add mushrooms, ginger, and carrot and begin to stir fry. Add baby bok choy, and continue stir frying for about 2 minutes. Flavor with sea salt. Finally, toss in golden-needle mushrooms, sprinkle with sesame oil, and serve immediately.

Cải Ngọt Non Xào Nấm

Vật liệu cho 5 phần ăn:
600 gm cải ngọt non
3 tai nấm Đông Cô
(ngâm nước cho mềm)
1 bó nấm Kim Châm
1/5 củ cà rốt

Gia vị:
1 m canh gừng xắt nhuyễn
1/2 m cà phê muối biển
Một chút dầu mè

Cách làm:

1. Rửa sạch cải ngọt, để ráo. Vắt khô nấm Đông Cô, xong xắt cọng. Cắt bỏ gốc nấm Kim Châm, rồi cắt ngang phân nửa. Gọt vỏ cà rốt, xong cắt cọng.

2. Cho vào chảo một muỗng dầu, đợi nóng, thả vào nấm Đông Cô, gừng, cà rốt, rồi bắt đầu xào. Sau để cải ngọt vào và tiếp tục xào khoảng 2 phút, rồi bỏ muối vào nêm. Sau cùng rải nấm Kim Châm lên và chế thêm dầu mè vào là ăn liền.

Sauteed Spinach

It's easy to cook, easy to eat, furthermore highly nutritious. Spinach has a similar taste with Malabar spinach.

Makes 2 servings

Ingredients:

1/2 lb fresh spinach

1 tablespoons olive oil

2 slices ginger, minced

a pinch of salt

a pinch of sugar or other sweetener

black pepper to taste

Steps:

1. Wash spinach well 3 times and scrape the roots clean with a knife. You may soak in salt water to get rid of the sand. Cut into 2-inch lengths.

2. Heat oil in a wok for 1 minute. Add ginger and stir-fry 1 minute. Stir in spinach and stir-fry about 2 minutes. Add salt and sugar and mix well. Remove from heat and serve at once.

Sprinkle with pepper.

Rau Bó Xôi Xào Gừng

Món này đơn giản, dễ làm, dễ ăn, lại bổ dưỡng. Rau bó xôi (spinach) ăn từa tựa như rau mồng tơi.

Vật liệu cho 2 phần ăn

. 1/2 pound rau bó xôi
. 1 m canh dầu ô liu
. 2 lát gừng, bằm nhỏ
. chút muối
. chút maple syrup
  hay đường
. chút tiêu

Malabar spinach **rau mồng tơi**

Cách làm:

1. Rửa sạch rau 3 lần, cạo gốc rau cho sạch, có thể ngâm trong nước muối cho ra cát. Cắt ngắn khoảng 2 in.

2. Khử gừng với dầu 1 phút trong chảo nóng, lửa cao. Xào rau khoảng 2 phút, nêm đường muối vào, trộn đều là xong.

Rắc tiêu lên khi ăn.

Chinese Mustard Greens with Cashews

Approximately
5 servings

Ingredients:

2 bunches Chinese mustard green stems; 1 cup fried cashews*;

½ cup straw mushrooms; ½ cup fresh white button mushrooms;

½ cup jumbo lima beans.

½ tsp sea salt; a dash of sesame oil;

1 tsp corn starch (dissolved in 2 tbsp cool water).

Steps:

1. Wash all ingredients. Cut mustard green stems into large pieces. Wash mushrooms, trim their stems, and set aside.

2. Blanch mustard greens and lima beans separately in rapidly boiling water, remove from water, rinse with cold water, and set aside to drain.

3. Heat 1 tbsp oil in a wok, add straw & fresh mushrooms, and briefly stir fry; add 2 cups of water, and bring to a boil. Then, add mustard greens, lima beans, & sea salt, continuing to stir fry. Gradually add cornstarch-water until the vegetables are coated with a light sauce. Place the mixture in a dish, sprinkle with fried cashews & sesame oil, and serve.

Note:

*Fried cashews: place cold oil and cashews into wok. Fry cashews over low heat until their color turns golden brown. Remove from oil & let drain.

Cải Xào Hột Điều

trái điều
cashew fruit

Vật liệu cho 5 phần ăn:

2 cây cải làm dưa
1 chén hột điều*
1/2 chén nấm rơm
1/2 chén nấm tươi
1/2 chén đậu lima
1/2 m cà phê muối, chút dầu mè
1 m canh bột bắp hòa với 2 m canh nước lạnh

Cách làm:

1. Rửa sạch các vật liệu, cắt cải ra từng miếng lớn, cắt bỏ chân nấm rơm và nấm tươi.

2. Trụng riêng cải và đậu vào nước sôi, xong vớt ra, xả liền với nước lạnh, để ráo.

3. Chế 1 m canh dầu vào chảo, cho hai loại nấm vào xào sơ qua, xong thêm vào 2 chén nước rồi nấu cho sôi. Sau cho cải, đậu và muối vào rồi tiếp tục xào. Từ từ chế nước bột bắp lên cho đến khi rau cải dán vào một lớp mỏng nước xốt. Đổ ra dĩa, rải lên hột điều, dầu mè là ăn được ngay.

Phụ chú:

*Xào hột điều: Cho dầu lạnh và hột điều vào chảo.
Xào với lửa nhỏ cho đến khi trở màu vàng nâu, xong vớt hột điều ra khỏi dầu, để ráo.

Roasted Eggplant and Bell Pepper

Makes 4 servings

Ingredients:

1 eggplant, sliced and 1 bell pepper, sliced

Sauce:

4 tablespoons pure maple syrup or equivalent sweetener

4 tablespoons olive oil

1/8 teaspoon black pepper

1/2 tablespoon salt

1/2 tablespoon Chinese five-spice powder (available in spice section of grocery store)

1 tablespoon soy sauce

Steps:

Preheat stove at 400 degree F

1. Combine ingredients for sauce and mix well. Rub the sauce on each eggplant and pepper slice.
2. Bake at 400 degrees F for 20-25 minutes.
3. Turn on broil. Bake for 5 minutes.
4. Turn eggplant and peppers over. Bake for 5 more minutes. 

Cà Nâu, Ớt Nướng

Làm cho 4 phần ăn

Vật liệu:

1 trái cà nâu lớn, cắt lát
1 trái ớt Đà Lạt vàng (hay đỏ, cam), cắt lát theo chiều dài

Nước xốt:

4 m canh pure maple syrup
4 m canh dầu ô liu
1/8 m cafe tiêu
1/2 m canh muối
1/2 m cafe ngũ vị hương
1 m canh nước tương

Cách làm:

Vặn lò 400 độ trước cho nóng (preheat).

1. Trộn đều các gia vị cho nước xốt, nhúng mỗi miếng cà vào nước xốt cho thấm đều, thêm ớt vào nước xốt còn lại, trộn đều.

2. Sắp cà và ớt ra mâm nướng. Nướng tất cả khoảng 20 đến 25 phút.

3. Vặn nút lò qua broil, nướng khoảng 5 phút.

4. Trở bề cà và ớt, nướng thêm 5 phút nữa.

Sweet and Salty Peanuts

Ingredients:

Approximately 5 servings

2/3 lb (300 g) raw peanuts.

Seasoning:

3 pieces star anise

1 tbsp lemon juice

2 tbsp soy sauce

Steps:

1. Thoroughly wash peanuts and place in a cooking pot. Cover with cool water to twice the volume of the peanuts.

2. Bring to a boil, and then remove from the stove, and drain the peanuts (discarding the skins).

3. Cover the peanuts again with twice the volume of fresh, cool water. Add star anise, lemon juice, and soy sauce. Again bring the water to a boil; then, turn the temperature to low and simmer until the peanuts are soft (about 1 hour). Season with sea salt to taste.

May be served hot or allowed to cool.

Đậu Phộng Béo Ngọt Mặn

Làm cho 5 phần ăn

Vật liệu:
2/3 lb (300 gm) đậu phộng sống

Gia vị:
3 đại hồi
1 muỗng canh nước chanh
2 muỗng canh nước tương

Cách làm:

1. Rửa sạch đậu phộng, bỏ vào nồi, đổ nước bằng 2 phần đậu phộng.

2. Nấu sôi xong, vớt đậu phộng ra, bỏ nước, bỏ vỏ rồi để ráo.

3. Cho đậu phộng vào nồi, đổ nước mới vào bằng 2 phần đậu phộng, cho vào đại hồi, nước chanh và nước tương. Nấu sôi thêm lần nữa, xong bớt lửa để hầm cho đến khi đậu phộng mềm (khoảng 1 giờ). Nêm thêm với muối biển.

Có thể ăn nóng hoặc nguội.

Vietnamese Cole Slaw

Makes 4 servings

Ingredients:

1/2 a head of cabbage

4 tablespoons freshly squeezed lime juice

3 tablespoons maple syrup

1 tablespoon olive oil

1 teaspoon salt

Fresh herbs, chopped: 5 mint leaves,
5 basil leaves, Vietnamese coriander to taste

5 yoba on lemon grass sticks, or (2 king oysters sauteed) cut in small pieces (optional)

1 fresh red chili pepper, shredded (optional)

Steps:

1. Wash cabbage, drain and shred.
2. Combine cabbage with all ingredients and mix well.

May be served with vegetarian congee (rice soup) or hot rice and sweet & sour soy sauce or salt mixed with hot chili.

Gỏi Xé Phai Chay

Làm cho 4 phần ăn

Vật liệu:

1/2 cái bắp cải
4 muỗng canh nước chanh vắt
3 muỗng canh maple syrup
1 muỗng canh dầu ô liu
1 muỗng cafe muối
Rau răm, rau húng,
rau quế, cắt nhỏ
5 đậu hũ ky quấn sả cây
(trang 165), (hay 2 cây
nấm king xào) xé miếng
1 trái ớt cắt sợi (tùy ý)

Vietnamese coriander
rau răm @ cttb

Cách làm:

1. Rửa sạch bắp cải, để ráo, rồi cắt sợi.
2. Trộn đều bắp cải với tất cả các gia vị kể trên.

Món nầy ăn với cháo chay hay cơm nóng, chấm với nước tương pha hay muối ớt.

Watercress Salad

Makes 2 servings

Ingredients:

•2 portobella mushrooms, (or 6 shiitake mushrooms), sliced

•1/2 bunch watercress (or pea sprouts), washed, drained well, cut in half

•1/2 big tomato, sliced

•1/2 tablespoon olive oil

•1/4 teaspoon salt

•1/4 tablespoon maple syrup or equivalent sweetener

•3 dashes of black pepper

Dressing:

•3 tablespoons freshly squeezed lime juice

•1/2 tablespoon maple syrup

•1/2 teaspoon salt

•1 tablespoon olive oil

Steps:

1. Sauté mushrooms for 1 minute in olive oil, salt and maple syrup. Remove from heat and cool.

2. Place watercress in a serving dish arranged with tomato slices.

3. Put mushrooms on top. Mix dressing well once served, toss with dressing.

Gỏi Xà Lách Xoong

Cho 2 phần ăn

@ cttb

Vật liệu:

2 tai nấm portabellas lớn
(hoặc 6 tai nấm đông cô), cắt lát
1/2 lọn xà lách xoong (hay đọt đậu Hòa Lan), rửa sạch, để thật ráo nước, cắt làm hai cho ngắn bớt
1/2 trái cà chua lớn, cắt lát
1/2 m canh dầu ô liu
1/4 m cafe muối
1/4 m canh maple syrup hay đường
chút tiêu

Nước xốt:

3 m canh nước chanh
1/2 m canh maple syrup
1/2 cafe muối
1 m canh dầu ô liu

Cách làm:

1. Xào nấm với dầu, muối, và maple syrup khoảng 1 phút, xong tắt lửa để nguội.

2. Cho xà lách xoong vào dĩa, sắp cà chung quanh.

3. Để nấm lên mặt. Trộn đều nước xốt, rưới lên dĩa xà lách khi dọn lên ăn.

Green Bean Thread Salad

Approximately 5 servings

Ingredients:

2 bunches wide green-bean thread (soaked in water)

¼ cup shredded carrot

½ cup shredded cucumber

Seasonings:

¼ cup shredded fresh ginger; 1 tbsp soy paste; 1 tsp sugar; 1 tsp balsamic vinegar; a dash of sesame oil

Steps:

1. Soak and rinse the green-bean thread, and then cook briefly in rapidly boiling water. Drain.
2. Place threads in a large bowl, add seasonings, and mix well.
3. Finally, add shredded carrot, shredded cucumber, and toss well.

Note: May be slightly chilled before serving.

Gỏi Bún Tàu

green-bean thread - **bún tàu**

Cho 5 phần ăn

Vật liệu:

2 lọn bún tàu (ngâm nước)
1/4 chén cà rốt xắt cọng
1/2 chén dưa leo xắt cọng

Gia vị:

1/4 chén gừng xắt cọng
1 m canh tương đậu nành
1 m cà phê đường
1 m cà phê giấm đen (balsamic)
1 chút dầu mè

Cách làm:

1. Ngâm bún tàu xong, vớt ra để ráo, thả vào nước sôi rồi đổ ra rổ liền, để ráo.

2. Cho bún tàu vào một tô lớn, trộn đều gia vị vào.

3. Sau cùng bỏ thêm cà rốt, dưa leo vào rồi trộn đều.

Phụ chú: Có thể để vào tủ lạnh một lát trước khi dùng.

Pasta Salad

Approximately 6 servings

It's simple and fast. Served chilled. You may add bell pepper, celery & olive.

Ingredients:

- 1/2 pound whole wheat pasta
- 1 carrot, peeled, shredded
- 1 cucumber, shredded
- 1 tomato, thin sliced
- 1/8 cup soy mayo
- 1 m cafe salt
- 8 dried shiitake mushrooms, soaked in water until soft, shredded
- 4 cilantro stems, chopped
- black pepper, chili (optional)

Steps:

1. Cook the pasta according to the package directions. Drain and rinse with cold water. Drain well. Put in the fridge.
2. Mix well cucumber, tomato, carrot, cilantro, black pepper, hot pepper, salt, and mayo, then put in the fridge.
3. Sauté mushrooms for 1 minute in a dash of olive oil, salt and maple syrup. Remove from heat and cool.
4. Combine all in a large bowl, sprinkle more cilantro on top.

Xà Lách Nui

Món này làm nhanh gọn, ăn lạnh. Bạn có thể cho thêm ớt Đà Lạt, cần Tây & trái ô-liu.

Vật liệu cho khoảng 6 phần ăn:
- 1/2 pound nui bột mì lức (whole wheat pasta)
- 1 củ cà rốt, bào cọng
- 1 trái dưa leo, bào cọng
- 1 trái cà chua, xắt cọng
- 1/8 cup soy mayo
- 1 m cafe muối
- 8 tai nấm đông cô, ngâm mềm, xắt sợi
- 4 cọng ngò, xắt nhỏ
- tiêu, ớt

Cách làm:

1. Luộc nui, xả nước lạnh, cho vô tủ lạnh.

2. Trộn dưa leo, cà, cà rốt, ngò, tiêu, ớt với muối, mayo, cho vô tủ lạnh.

3. Xào nấm khoảng 1 phút với chút dầu, muối, đường. Xong tắt lửa để nguội.

4. Trộn tất cả vào một tô lớn, cho thêm ngò lên mặt.

Fruit Salad

Makes 20 servings

This is a good dish for great occasions. Save the broken, unused parts of the fruit for cooking broth.

Ingredients:

• a sharp knife & a lot of patience

1 pineapple, pick one with a yellow skin but not soft to the touch

•1 honey dew or melon from Brazil, pick one that is firm, with a lot of fragrance

•1 cantaloupe, find one with a yellow skin, a lot of fragrance

•1 small water melon or 1 quarter of a big one

•2 Asian pears

•5 clementines

•1 pound red grapes, firm to the touch.

Red grapes are healthier than green ones

•1 pound cherries, choose the

deep dark ones, firm to the touch

•1 pound strawberries or cherry tomatoes

Xà Lách Trái Cây

Làm cho khoảng
20 phần ăn

Là món thích hợp cho các buổi tiệc. Bạn nhớ để dành mấy phần vụn vặt để hầm làm nước lèo, rất ngọt nước.

Vật liệu:

1 con dao bén & nhiều kiên nhẫn
1 trái thơm, lựa trái vàng mà không bị mềm
1 honey dew hay dưa của Brazil, lựa trái có mùi thơm, không mềm
1 cantaloupe, lựa trái màu vàng, có mùi thơm
1 dưa hấu nhỏ, hay mua 1/4 trái lớn đã cắt sẵn
2 trái lê Á đông
5 trái quít nhỏ
1 pound nho đỏ, nhớ mua thứ cứng, nho đỏ có giá trị dinh dưỡng nhiều hơn nho xanh
1 pound cherries, lựa trái cứng, da đỏ sậm
1 pound dâu tây (strawberries) hay cà chua bi

Steps:

1. Wash everything 3 times and put them in the colander, strainer, or basket to let them dry.

2. Cutting fruit:

a. Slice the pineapple, set aside.

b. Slice half of the cantaloupe, set aside.

c. Slice half of the honey dew, set aside.

d. Slice half of the water melon, set aside.

e. Cube the Asian pears, set aside.

3. Peel and section the clementines, set aside.

4. Gently fill a big bowl about 7/8 full with a little bit of each of the fruits.

Cách làm:

1. Rửa mỗi thứ 3 lần, để thật ráo nước.
2. Cắt trái cây:
   a. Cắt lát thơm, cho vô dĩa.
   b. Cắt lát cantaloupe, cho vô dĩa.
   c. Cắt lát 1/2 trái honey dew, cho vô dĩa.
   d. Cắt lát 1/2 trái dưa hấu, cho vô dĩa.
   e. Cắt miếng vuông trái lê, cho vô dĩa.

pears @cttb

3. Lột quít, tách múi, cho vô dĩa.

4. Lấy 1 tô thật lớn, nhẹ tay sắp mỗi thứ trên vô tô cho đến khi gần đầy tô.

5. Stem and cut the strawberries in half (no need to cut cherry tomatoes), arrange them around the sides of the bowl.

6. Use the melon baller to make honey dew balls and arrange them next to the strawberries.

7. Make cantaloupe balls and arrange them next to the honey dew.

8. Make watermelon balls and arrange them next to the cantaloupe.

9. Fill the middle with cherries.

10. Here you have it, a very healthy, attractive and wonderful fruit salad.

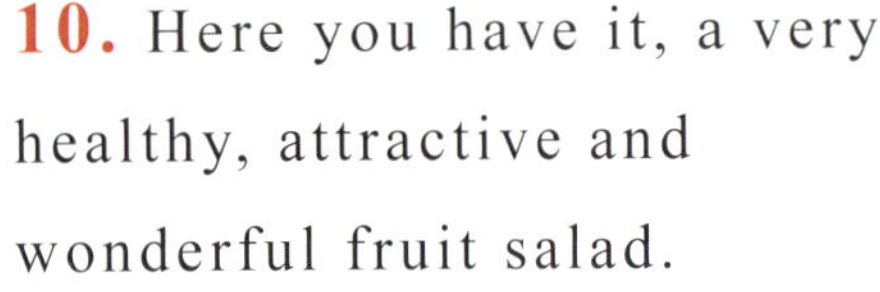

(•‿•)

5. Cắt cùi strawberries, chẻ làm hai, sắp vòng chung quanh tô (không cần cắt cà chua bi).

6. Lấy muỗng melon baller múc viên tròn honey dew và sắp chung quanh tô, rồi sắp vòng trái dâu (strawberries) kế tiếp.

7. Cũng sắp vòng chung quanh tô như trên cho cantaloupe, kế vòng honey dew.

8. Rồi múc viên tròn dưa hấu sắp kế vòng cantaloupe.

9. Sắp cherries vô chính giữa.

10. Bạn sẽ có được một món tráng miệng thật đẹp, ngon ngọt và bổ dưỡng.

(·‿·)

Pickled Carrots

Makes about 2 cups

Ingredients:

- 3 carrots, peeled, shredded
- 6 tablespoons maple syrup or equivalent sweetener
- 6 tablespoons vinegar
- 1 teaspoon salt

Steps:

1. Mix all ingredients together.
2. Place in a ceramic container or glass jar and cover.
3. Allow to marinate for 1 hour or more.

Alternative: Use 2 carrots and 1 white radish.

Đồ Chua

Làm được 2 chén

Vật liệu:

3 củ cà rốt, bào cọng
6 m canh giấm
6 m canh maple syrup
1 m cafe muối

Cách làm:

1. Trộn đều tất cả vật liệu ở trên với nhau.
2. Cho hết vào keo đậy nắp lại.
3. Khoảng 1 tiếng sau là dùng được.

Cách khác:

Bạn có thể dùng 2 củ cà rốt và 1 củ cải trắng.

Approximately 1/2 cup

It's easy to make & can be used as a substitute for ketchup.

Ingredients:

- 3 plums
- 1 teaspoon sea salt
- 2 tablespoons maple syrup

(or equivalent sweetener)

Steps:

1. Wash plums, cut into small pieces, discard seeds.
2. Place plums in a small sauce pan. Cover and bring to a low boil. Turn heat to low and simmer until soft.
3. Add sea salt and maple syrup.
4. When softened, uncover and cook until the sauce thickens.

Xốt Mận (Mỹ)

Làm được 1/2 chén

Rất dễ làm, bạn có thể dùng thay thế cho cà xốt (ketchup).

Vật liệu:

- 3 trái plum
- 1 m cafe muối
- 2 m canh maple syrup (hay đường)

Cách làm:

1. Rửa sạch plum, cắt miếng nhỏ, bỏ hột.
2. Cho vô nồi nhỏ nấu lửa vừa, đậy nắp cho rục plum.
3. Cho muối, đường vào.
4. Khi thấy plum mềm, giở nắp, nấu cho kẹo lại.

Ketchup

Makes 1 cup

Ingredients:

- 1 6-oz can tomato paste
- 3/4 6-oz can of water (use tomato can just opened to measure)
- 1 teaspoon sea salt
- 2-3 tablespoons maple syrup (or equivalent sweetener)

Steps:

1. Pour tomato paste in small pot, add water, mix well.

2. Add sea salt & maple syrup; it is done when brought to a boil.

Can be served with French fries, hamburgers, hotdog...

Xốt Cà

Làm được 1 chén

Vật liệu:

Làm từ tomato paste
1 lon cà tomato paste (6 oz)
3/4 lon nước
(lấy lon cà đong nước)
1 muỗng cà-phê muối
2-3 muỗng canh maple syrup
(hay đường)

Cách làm:

1. Cho cà vô nồi, pha nước, khuấy đều.
2. Nêm đường và muối, nấu sôi là xong.

Dùng để ăn với khoai Tây chiên (French fries), bánh mì kẹp (hamburger), bánh mì xúc xích (hotdog)...

Makes 2 servings

Ingredients:

- 1 potato
- 1 teaspoon canola oil

a small toaster

Steps:

1. Peel, wash potato and cut into long thin stripes.
2. Mix well with oil and spead single layer on tray
3. Toast 3, 4 times until golden brown.

Can be served with ketchup
or salt & black pepper.

Khoai Tây Cọng Nướng

Làm cho 2 phần ăn

Vật liệu:

1 củ khoai Tây
1 m cafe dầu canola
lò nướng nhỏ

Cách làm:

1. Rửa sạch khoai Tây, gọt vỏ rồi xắt cọng.
2. Trộn đều với dầu, trải ra khay nướng.
3. Nướng 3, 4 lần cho tới khi vàng là xong.

Dùng để ăn với cà xốt hay muối tiêu.

Tofuburger

Makes 4 servings

Ingredients:

1 packet Nasoya extra firm tofu

2 teaspoons salt

2 tablespoons maple syrup or equivalent sweetener

1/2 cup vital gluten wheat flour (tapioca flour if gluten unavailable)

a few dashes of five-spice powder, black pepper, paprika

Steps:

1. Cut tofu, bring to a boil with 3 pinches of salt, reduce heat and simmer for 5 minutes. Drain and press dry, crush.

2. Combine ingredients.

3. Add flour until consistency is such that it is easy to form mixture into balls (adjust the flour).

4. Divide into 4 parts, press into 4 flat round shapes.

5. Steam for 30 minutes.

6. Stir fry or toast when the mixure has cooled completely.

Note: Sauteed minced mushrooms may be add to the mixture (2) to enhance the flavor.

Bơgơ Đậu Hũ

Làm cho 4 phần ăn

Vật liệu:

1 hộp đậu hũ loại cứng (14oz hay 397g)
2 muỗng cà-phê muối
2 muỗng canh maple syrup (hay đường)
1/2 chén bột mì căn cho dính và dai (nếu không có bột mì căn thì thế bột năng)
một ít ngũ vị hương, tiêu, bột ớt đỏ

Cách làm:

1. Luộc đậu hũ với chút muối khoảng 5 phút, vớt ra rổ cho ráo nước, xong bóp cho nhuyễn.

2. Trộn gia vị vào.

3. Rắc bột mì căn vào sao cho vò viên được (có thể thêm hay bớt bột mì căn).

4. Chia ra làm 4 viên lớn, ép dẹp thành 4 miếng tròn.

5. Hấp 30 phút.

6. Để nguội rồi mới chiên hay nướng.

Phụ chú: Bạn có thể xào nấm đã bằm nhuyễn rồi trộn thêm vô (2) cho ngon hơn.

Sweet and Sour Soy Sauce

with Maple Syrup

Ingredients:

2 portions of maple syrup

2 portions of water

1 portion of soy sauce

1 portion of lime juice or vinegar

pickled carrots

minced hot chili (to taste)

Steps:

1. Combine the ingredients above.
2. May pour in jar and keep in the fridge for later.

Pha Nước Tương

*với Maple Syrup

Vật liệu:

2 phần maple syrup
2 phần nước
1 phần nước tương
1 phần nước chanh hay giấm
đồ chua
ớt tùy ý

Cách làm:

1. Pha lẫn các phần kể trên.
2. Có thể chế vào keo,hũ để vô tủ lạnh, từ từ dùng.

maple syrup

with Caramel

Ingredients:

1/2 cup brown sugar

1 cup water

1 tablespoon salt

3 tablespoons lemon juice or vinegar

minced hot pepper to taste

pickled carrots

Steps:

1. Mix sugar with 1/2 cup water and bring to a boil until golden brown

2. Add salt to 1/2 cup water and bring to a boil, let cool

3. Combine all, add lemon juice, hot pepper and pickled carrots.

Nothing will benefit human health and increase the chances for survival of life on earth as much as the evolution to a vegetarian diet. Albert Einstein

*với Nước Đường Thắng

Vật liệu:

1/2 chén đường nâu
1 chén nước
1 m canh muối
3 m canh nước chanh
hay giấm
ớt
đồ chua

Cách làm:

1. Cho đường vào nồi với 1/2 chén nước, nấu lửa nhỏ cho đường tan thành nước vàng, cẩn thận kẻo khét.

2. Nấu 1/2 chén nước và muối cho sôi, để nguội.

3. Pha chung tất cả vào, cho thêm ớt, đồ chua.

Không có gì mang lại lợi ích
cho sức khỏe con người và
làm tăng cơ hội sống còn
trên quả địa cầu nhiều
như việc tiến hóa đến một
chế độ ăn chay.

Albert Einstein

with *Apple Juice*

Ingredients:

8 oz of apple juice
2 tablespoons salt
minced hot pepper to taste

Steps:

1. Boil apple juice with salt until the amount of liquid is reduced in half.
2. Add pepper when served.

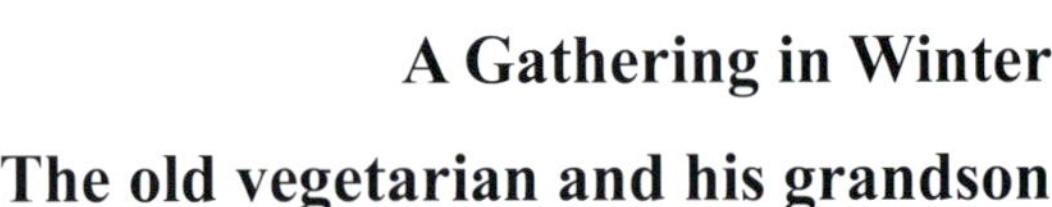

A Gathering in Winter

The old vegetarian and his grandson
Are warming themselves under the wintry sun.
The domestic animals see them there
And come around to join them at once
If everyone lives in good will and cheer,
Mother Earth will thrive in joy and peace.

*với
Nước Trái Táo

Vật liệu:

8 oz nước trái táo
2 m canh muối
ớt

Cách làm:

1. Nấu nước táo với muối cho đến khi rút cạn còn phân nửa.
2. Cho thêm ớt vào khi ăn.

Mùa Đông Xum Họp
Ông lão chay trường với cháu trai
Cùng phơi nắng ấm dưới trời đông
Đàn gia súc nhìn thấy hai ông cháu
Chúng bèn kéo đến vây quanh họ
Nếu ai nấy sống chân chánh thiện lành
Đất Mẹ sẽ reo mừng và an vui.

Whole Wheat Bread Sticks

Makes 32 sticks

You will be surprised to see how easy it is to make these sticks so tasty and healthy. The dough will keep in the refrigerator for a week. You can have fresh bread sticks everyday if you want.

Ingredients: from The King Arthur Flour Company, Inc.

- 1 packet active dry yeast dissolved in 2 tablespoons warm water
- 1 1/2 cups lukewarm water
- 1/4 cup olive oil
- 1/4 cup maple syrup
- 3 1/2 cups King Arthur Traditional Whole Wheat Flour
- 1/4 cup nonfat dried milk
- 1 1/4 teaspoon salt
- 4 handfuls sesame seeds to coat (optional)

toaster oven

Bánh Mì Cọng Bột Lức

Làm được 32 cọng

Bạn sẽ ngạc nhiên khi thấy bánh mì cọng ngon bổ này làm dễ như thế nào. Bột để được 1 tuần trong tủ lạnh. Mỗi ngày, nếu muốn, bạn sẽ có bánh mì mới nướng nóng hổi.

Vật liệu theo công thức có sẵn trong bao:

2 1/2 m cafe instant yeast hay 1 gói active dry yeast (bột nổi) hòa vào 2 m canh nước ấm
1 1/3 chén nước ấm
1/4 chén dầu extra light olive oil
1/4 chén mạch nha, hay maple syrup
3 1/2 chén King Arthur Traditional bột mì lức (Whole Wheat)
1/4 chén bột sữa khô, loại không béo (nonfat dried milk)
1 1/4 m cafe muối
4 nắm tay mè để rải lên mặt bánh

Steps:

1. In a large bowl, mix in all the ingredients (except sesame seeds) until the dough starts to leave the sides of the bowl.
2. Cover the bowl with a plastic wrap, put the dough in the refrigerator overnight to allow it to rise slowly.
3. In the morning, the dough will be double in size. Take out just as much dough as you want to toast & let it sit at room temperature for about 30 minutes.
4. On a flat surface, greased with oil, take a piece of dough about a half the size of a ping-pong ball, roll the dough on the surface, stretching it out as you roll to make a 9-inch stick. Spread on a thin layer of sesame seeds, roll the stick over to coat. (optional)
5. Toast 4 sticks at a time on top brown twice.
6. Turn the sticks over, toast on top brown 1 more time. then place them on a rack to cool.
7. You may roll 4 sticks, toast them, and while toasting, you can roll 4 more and toast as needed.

Note: If you want a flat bread, roll the dough to a round shape then poke on the surface with a fork.

Place 2 pieces at a time on a hot tray then toast them twice.

If you want a hollow shaped bread, there's no need to poke it. Place 1 piece at a time on a hot tray. The temperature needs to be very hot in order for the dough to rise properly. Toast this twice.

Cách làm:

1. Dùng 1 tô lớn, trộn tất cả vào (trừ mè), rồi nhồi cho đến khi bột không dính quanh thành tô nữa.

2. Nhồi bột xong, lấy bao nylon trùm lại, cho vô tủ lạnh cất qua đêm để bột nổi chậm lại.

3. Sáng hôm sau sẽ thấy bột nổi lên gấp hai. Khi nào muốn ăn chỉ lấy ra vừa đủ để nướng. Để ra ngoài tủ lạnh khoảng 30 phút.

4. Thoa dầu lên mặt bàn hay thớt bằng phẳng, lấy bột khoảng 1/2 trái ping pong, xong cán bột lên mặt phẳng, vừa cán tròn vừa kéo ra cọng dây dài 9 inch. Rải một lớp mè mỏng & lăn qua mè nếu muốn.

5. Vặn lò tới mức thật vàng, nướng 2 lần, mỗi lần nướng 4 cây.

6. Trở bề rồi nướng 1 lần nữa ở mức thật vàng, xong để ra vĩ cho nguội.

7. Bạn có thể cán ra 4 cây rồi nướng, trong lúc nướng, làm thêm 4 cây nữa xong đem nướng, nếu cần.

Phụ chú:

Nếu muốn bánh xẹp thì cán tròn, lấy nĩa đâm lỗ trên mặt. Để 2 cái bánh vô khay nóng, nướng 2 lần.

Nếu muốn bánh phồng tròn(như bánh tiêu), không đâm lỗ, nướng 1 lần 1 cái thôi (bánh cần phải thiệt nóng mới nổi), cũng nướng 2 lần.

Whole Wheat Bread

Yield: 1 loaf.

Ingredients: from The King Arthur Flour Company, Inc.

1 1/3 cups lukewarm water

2 1/2 teaspoons instant yeast OR 1 packet active dry yeast dissolved in

2 tablespoons water in the recipe

1/4 cup vegetable oil

1/4 cup molasses, or maple syrup

3 1/2 cups King Arthur Traditional Whole Wheat Flour

1/4 cup nonfat dried milk

1 1/4 teaspoon salt

Steps:

1. Mixing:

In a large bowl, combine all of the ingredients and stir till the dough starts to leave the sides of the bowl. Transfer the dough to a lightly greased surface, oil your hands, and knead it for 6 to 8 minutes, or until it begins to become smooth and supple. (You may also knead this dough in an electric mixer or food processor, or in a bread machine programmed for "dough" or "manual".)

Bánh Mì Bột Lức

Làm được 1 ổ

Công thức từ The King Author Flour Company, Inc.

Vật liệu

2 1/2 m cafe instant yeast, hay 1 bao active dry yeast (bột nổi), hoà vào 2 m canh nước âm ấm.
1 1/3 chén nước ấm
1/4 chén dầu rau cải (vegetable oil)
1/4 chén molasses, hay maple syrup
3 1/2 chén King Arthur Traditional bột mì lức (Whole Wheat)
1/4 chén bột sữa khô, loại không béo (nonfat dried milk)
1 1/4 m cafe muối

Cách làm:

1. Trộn:
Dùng 1 tô lớn, trộn tất cả vào và nhồi cho đến khi bột không dính quanh thành tô nữa. Cho bột ra mặt phẳng có thoa dầu, thoa dầu vô tay, và nhồi khoảng 6 tới 8 phút, hay cho đến khi bột mịn và mướt. (Có thể dùng máy mixer hay food processor, hay bread machine với chương trình "dough" or "manual".)

2. Transfer the dough to a lightly greased bowl, cover the bowl, and allow the dough to rise till puffy though not necessarily double in bulk, about 1 to 2 hours, depending on the warmth of your kitchen.

3. Shaping: Transfer the dough to a lightly oiled work surface, and shape it into an 8-inch log. Place the log in a lightly greased 8 1/2 x 4 1/2-inch loaf pan, cover the pan loosely with lightly greased plastic wrap, and allow the bread to rise for about 1 to 2 hours, or until it's crowned about 1 inch above the edge of the pan. A finger pressed into the dough should leave a mark that rebounds slowly.

4. Baking:
Bake the bread in a preheated 350°F oven for 35 to 40 minutes, tenting it lightly with aluminum foil after 20 minutes. Test it for doneness by removing it from the pan and thumping it on the bottom (it should sound hollow), or measuring its interior temperature with an instant-read thermometer (it should register 190°F at the center of the loaf).

5. Remove the bread from the oven, turn it out of the pan, and cool it on a rack before slicing. Store the bread in a plastic bag at room temperature.

2. Cho bột vào tô có thoa dầu, đậy tô lại, và chờ khoảng 60 phút cho bột nổi khoảng gấp hai, cỡ chừng 60 phút hay lâu hơn, tùy theo độ ấm của nhà bếp.

3. Nắn: Cho bột ra ngoài mặt phẳng có thoa dầu, nắn bột như khúc củi dài 8 inch. Bỏ bột vô khuôn 8 1/2 x 4 1/2-inch, lấy giấy nylon đã thoa dầu đậy lỏng khuôn lại, và để bánh nổi khoảng 30 tới 60 phút, hay đến khi bánh nhô lên khoảng 1 inch từ khuôn. Lấy ngón tay nhấn vô thì thấy bột lủng lỗ, rồi từ từ bột lấp lỗ lại.

4. Nướng: Vặn lò 350 độ cho nóng trước khi nướng (preheated). Nướng bánh khoảng 35 đến 40 phút, nhưng sau khi nướng khoảng 20 phút, che giấy bạc trên mặt bánh (kẻo khét mặt). Thử bánh chín bằng cách lấy bánh ra khuôn, búng vô mặt đáy bánh, nếu nghe rỗng, hoặc ghim cây đo nhiệt độ vào chính giữa bánh, mà chỉ số 190 độ F là được.

5. Cho bánh ra khuôn, để trên vĩ, chờ nguội mới cắt. Cất bánh trong bao nylon, không để tủ lạnh.

Vietnamese Vegetarian Sub

Ingredients:

French bread (Baguette)
pickled carrots (page 198)
cucumber wedges
cilantro (coriander)
tomato, sliced
soy sauce (pg 208-212) or soy paste,
or red miso (add sugar) or salt & black pepper
Vegenaise (from health food store)
Hot chili, sliced (optional)

Stuffings that can be used to fill the bread:

Tofuburger (page 206)
Stuffed Bean Curd Roll (page 102)
Yoba Roll (page 106)
Veggie Skin (page 160)
Toasted Portabella Mushrooms (page 170)
fried tofu

Steps:

1. Cut open lengthwise on one side of bread, toast well. Spread Vegenaise thinly on both sides inside of bread.

2. Place chosen stuffing, then pickled carrots, cucumber, tomato, chili and cilantro.

3. Add a few dashes of soy sauce, soy paste, red miso or salt & black pepper to taste.

Bánh Mì Chay

Vật liệu:

Bánh mì Pháp
Đồ chua (trang 199)
Dưa leo cắt lát dài
Ngò rí
Cà chua cắt lát
Nước tương (trang 209-213) hay tương ngọt, hay tương đỏ miso pha đường, hay muối tiêu
Vegenaise hay mayonnaise (mua trong tiệm health food)
Ớt cắt lát mỏng hay cắt dài

Các món có thể dồn bánh mì:

Bơgơ đậu hũ (trang 207), Dồi chay (trang 103)
Chả chay (trang 107), Bì chay (trang 161)
Nấm nướng (trang 171), hoặc với đậu hũ chiên

Cách làm:

1. Xẻ bụng bánh mì, nướng cho thật giòn, phết lớp mỏng vegenaise.
2. Sắp vào một trong các món nhân ở trên, rồi thêm vào đồ chua, dưa leo, cà, ớt và ngò.
3. Cho vào một chút nước tương, tương ngọt. tương đỏ, hay muối tiêu tùy theo khẩu vị.

Approximately 4 servings

Ingredients:

Dough:

. 1 packet yeast (Red Star brand)

. 1/2 cup lukewarm water

. 3 1/2 cups flour

. 1 teaspoon salt

. 2 teaspoons dry oregano (or any flavor of your choice, basil, cilantro...)

. 1 cup warm water

. 2 teaspoons olive oil to coat

Steps:

1. Mix yeast with 1/2 cup of warm water, set aside.
2. In a large bowl mix flour, salt, and oregano well together.
3. Pour in water and yeast mixture.
4. Knead until dough is not sticky to your hands.
5. Cover the dough, let rise for 1 hour. (You can let it rise slowly overnight by putting it in the refrigerator.)
6. Brush baking pan with olive oil, roll dough flat onto the pan.

Bánh Cà Xốt

Làm cho 4 phần ăn

Vật liệu:

Bột bánh mì:

1 gói bột nổi hiệu Red Star
1/2 chén nước ấm
3 1/2 chén bột
1 muỗng cà phê muối
2 muỗng cà phê oregano (hay dùng loại mình thích như quế, ngò...)
1 chén nước ấm
2 muỗng cà phê dầu oliu để phết bên ngoài

Cách làm:

1. Hòa tan bột nổi với 1/2 chén nước âm ấm, để qua một bên.
2. Trộn đều bột, muối và oregano vào một thau lớn.
3. Đổ phần bột nổi với nước vào thau.
4. Nhồi bột cho đến khi không còn dính tay.
5. Đậy bột lại để cho nổi khoảng 1 giờ. Bạn có thể để vào tủ lạnh cho bột nổi từ từ qua đêm.
6. Phết khuôn nướng bánh với dầu oliu, trải lớp bột mỏng vào khuôn.

Tomato sauce:

. 1 tablespoon olive oil

. 1/2 teaspoon dry oregano

. 1 can 35 oz. crushed tomato

. 1 teaspoon salt

. 1 tablespoon maple syrup (or sugar)

In a 6 quart pot, add oil; when oil is hot, add oregano, tomato, salt, and maple syrup. Cook uncovered for 30 minutes on medium heat until sauce is thickened, stir occasionally.

Bake:

1. Preheat oven to 450 degree F.
2. Brush dough with olive oil.
3. Prick dough with fork.
4. Bake for 20 minutes.
5. Spread tomato sauce on top, bake 5 more minutes.

Cà xốt:

1 muỗng canh dầu oliu
1/2 muỗng cà phê oregano khô
1 lon cà dầm nguyên trái 35 oz
1 muỗng cà phê muối
1 muỗng canh mapple syrup (hay đường)

Chế dầu vào nồi (6 quart), chờ nóng, cho vào oregano, cà, muối, và đường. Để lửa vừa, nấu khoảng 30 phút không đậy nắp, cho đến khi cà đặc sệt lại, thỉnh thoảng khuấy đều.

Nướng:

1. Mở lò trước với 450 độ F.
2. Thoa dầu lên bột bánh.
3. Lấy nỉa đâm bột bánh.
4. Nướng khoảng 20 phút.
5. Trải cà xốt lên mặt, nướng thêm 5 phút nữa là được.

Chúng ta cần ái hộ
hết thảy chúng sanh
với lòng từ bi chân thật.

HT Tuyên Hóa

Cassava Cake

Approximately 4 servings

Ingredients:

•3 packets of frozen ground cassava (yuca root), defrosted

•2 cans coconut milk

•1 3/4 cups maple syrup or equivalent sweetener

•oil

Steps:

1. In a large bowl, mix all ingredients together.

2. Grease a 9x5 pan, transfer the above mixture to the pan.
Brush the top with oil. Then brush with sugar water to give it a golden yellow color.

3. Bake at 350 degree F for 45 minutes to 1 hour or until golden.

Bánh Khoai Mì Nướng

Làm cho 4 phần ăn

cây khoai mì - cassava

Vật liệu:

3 gói khoai mì xay nhuyễn, đông lạnh, để tan đá
2 lon nước cốt dừa
1 3/4 chén đường
dầu

Cách làm:

1. Trộn đều các phần trên.
2. Thoa dầu vào khay nướng 9x5, xong để hỗn hợp vào, phết dầu lên mặt. Khi nướng phết nước đường lên mặt cho có màu vàng.
3. Để vào lò nướng 350 độ, nướng khoảng 45 phút đến 1 tiếng hay cho đến khi chín vàng.

ground casava
củ khoai mì

lá khoai mì

Sweet Rice Cake with Longan (Dragon Eye) Fruit

fresh longan

preserved kumquats

Approximately 5 servings

Ingredients :

1½ lb (1 Chinese lb) sweet rice

¾ cup dried, pitted longan fruit

2 sugar-preserved kumquats

1 cup dark brown sugar

Steps:

1. Cut open the preserved kumquats, remove the seeds, and finely dice. Wash the sweet rice well, then cover with cool water and soak for 30 minutes; drain, place in a pot, and cover with 2 cups of cool water. Pour 1 cup water into an electric rice cooker, then place the pot of rice inside the cooker, and follow the normal procedure for cooking rice. When done, check the rice, and if too dry, sprinkle with water. Then replace the lid and turn rice cooker on again and continue cooking until rice cooker turns itself off once more.

2. Add longan, diced kumquat, and dark brown sugar to the rice, and mix well. Turn rice cooker on one more time (no need to add more water). When done, allow the rice to set in the pot for 30 minutes before turning onto a plate. Flatten the rice cake, let set, and cut into pieces to serve.

Bánh Nếp Nhãn Nhục

Cho 5 phần ăn

Vật liệu:

1 ½ pound nếp
3/4 chén nhãn nhục
2 trái mứt tắc (hạnh, quất)
1 chén đường nâu

Cách làm:

1. Cắt mứt tắc ra bỏ hột, xắt nhuyễn. Vo nếp sạch, ngâm nước lạnh 30 phút. Xong vớt ra bỏ vào thau với 2 chén nước lạnh. Đổ khoảng 1 chén nước vào nồi điện hấp, rồi đặt thau nếp vào giống như nấu cơm. Khi nấu xong, nếu thấy nếp còn khô thì rắc thêm nước. Cho thêm nước vào nồi hấp rồi nhận nút nấu tiếp cho đến khi nồi tự động tắt.

2. Cho nhãn nhục, tắc và đường vào nếp, trộn đều. Ấn nút nấu thêm lần nữa (không cần thêm nước). Khi nồi điện tắt, để yên nếp 30 phút trước khi bới ra dĩa. Ép dẹp nếp thành miếng lớn, khi ăn cắt ra miếng nhỏ.

Eggless Chocolate Cupcakes

Makes 24 muffins
or 2 9-inch cakes

Ingredients:

. 3 cups all-purpose flour

. 2 cups sugar

. 1/2 cup HERSHEY'S Cocoa or HERSHEY'S SPECIAL DARK Cocoa

. 2 tsps baking soda

. 1 tsp salt

. 2 cups water

. 3/4 cup vegetable oil

. 2 tbps white vinegar

. 2 tsps vanilla extract

Steps:

Heat oven to 350F.

For cupcakes:

1. Line 24 muffin cups (2-1/2 inches in diameter) with paper or foil baking cups.

2. Combine everything in large bowl, mix until thoroughly blended. Fill muffin cups 3/4 full with batter.

3. Bake 20 to 25 minutes or until wooden stick inserted in center comes out clean. Cool on wire rack. ⌘

Bánh Bông Lan Sô Cô La (Không Trứng)

Vật liệu:

. 3 cups bột mì
. 2 cups đường (có thể giảm bớt còn 1 cup)
. 1/2 cup bột sô cô la (HERSHEY'S Cocoa hay HERSHEY'S SPECIAL DARK Cocoa)
. 2 m cafe bột nổi (baking soda)
. 1 m cafe muối
. 2 cups nước
. 3/4 cup dầu ăn (vegetable oil)
. 2 m canh giấm trắng
. 2 m cafe vani (vanilla extract)

Cách làm:

Vặn lò lên 350F.

Cho bánh nhỏ cupcakes:

1. Lót 24 khuôn (muffin cups, cỡ 2-1/2 in) với khuôn giấy hay khuôn giấy bạc.
2. Trộn tất cả vào tô lớn, đánh cho thật đều. Đổ vào khuôn khoảng đầy chừng 3/4 phần khuôn.
3. Nướng 20 tới 25 phút, hay đến khi thử cây tăm vô chính giữa bánh rồi rút ra mà tăm còn sạch là chín. Để nguội trên vĩ. ⌘

For 2 9-inch cakes:

1. Line two 9-inch baking pans with wax paper; grease and flour pans' sides.

2. Pour batter into 2 pans.

3. Bake for 30 to 35 minutes or until wooden picks inserted in centers come out clean.

4. Cool for 10 minutes.

5. Remove wax paper; cool on rack completely.

At the present- Two Pigs Escaped from Abattoir

Butch and Sundance were sister and brother five-month old Tamworth pigs. On January 8, 1998 just after they were unloaded from a truck at an abattoir, the two pigs escaped by squeezing through a fence and swimming across the River Avon, escaping into nearby gardens in Malmesbury, Britain. The two pigs spent most of their week of freedom in a dense thicket near Tetbury Hill.

Butch was eventually captured on the evening of January 15. Sundance escaped into the thicket once again, but he was flushed out the next day. The two pigs lived – courtesy of the Daily Mail – at the Rare Breeds Center, an animal sanctuary near Ashford in Kent. Butch died aged 13 on October 8, 2010. Sundance, aged 14, suffering from arthritis, and "much quieter" after his sister's death, was put down on May 23, 2011. Staff at the Rare Breeds Centre are considering putting up a plaque in memory of Butch & Sundance.

-Wikipedia

Cho bánh lớn:

1. Lót 2 khuôn tròn 9-in với giấy wax; thoa dầu và rắc bột chung quanh khuôn.
2. Đổ bột vào 2 khuôn.
3. Nướng khoảng 30 tới 35 phút, hay đến khi thử cây tăm vô chính giữa bánh rồi rút ra mà tăm còn sạch là được.
4. Để nguội 10 phút.
5. Gỡ giấy wax, để cho thật nguội trên vĩ.

Chuyện ngày nay- Hai Chú Heo Tẩu Thoát Từ Lò Giết Mổ

Butch và Sundance là chị em thuộc giống heo Tamworth, được năm tháng tuổi. Ngày 08/1/1998 ngay sau khi bị chuyển xuống một lò mổ thịt từ xe tải ở nước Anh, hai chú heo đã trốn thoát bằng cách ép mình qua một hàng rào và bơi qua sông Avon, thoát vào khu vườn gần đó ở Malmesbury, nước Anh. Hai chú heo đã sống tự do hầu như hết cả một tuần lễ trong bụi cây rậm rạp gần Tetbury Hill.

Cuối cùng Butch đã bị bắt vào tối ngày 15/1. Sundance chạy thoát vào bụi cây một lần nữa, nhưng nó bị bắt ra ngay ngày hôm sau. Hai chú heo sống trong sự chăm sóc của nhà báo Daily Mail tại Trung tâm Giống Vật Quý Hiếm, một khu bảo tồn động vật gần thị xã Ashford ở quận Kent. Ngày 08/10/2010, Butch qua đời ở tuổi 13. Sundance, 14 tuổi, bị viêm khớp, và "trầm lặng hơn nhiều" sau cái chết của chị mình. Sundance ra đi vào ngày 23/5/2011.

Nhân viên tại trung tâm Giống Vật Quý Hiếm dự tính sẽ lập một đài tưởng niệm cho Butch và Sundance.

-Wikipedia

Approximately 4 servings

Ingredients:

-3 small plantains or 6 bananas, peeled, thinly sliced

-2 cups thick coconut milk: meat of 1 coconut, grind in food processor with 2 cups water, strain out coconut (save to make thin coconut milk), save thick coconut milk for top (to simplify, use canned coconut milk)

-3 cups thin coconut milk: use strained coconut above mix with 3 cups water, strain out the coconut, save thin coconut milk for cake (to simplify, use water or milk)

-200 g rice flour

-1 cup maple syrup

-water from a steamed beet (optional for color)

-salt, oil

-1/2 tsp vanilla extract

Bánh Chuối Hấp

Khoảng 4 phần ăn

Vật liệu:

3 trái chuối Mễ nhỏ (hay 6 trái chuối), lột vỏ, cắt lát mỏng. (Nếu làm bằng chuối xiêm bánh sẽ ngọt và đỏ hơn)

1 trái dừa khô vắt nước cốt khoảng 3/4 tô, (hay 1/2 lon (200 ml) nước cốt dừa)

1.5 lít nước dão dừa (hay nước hoặc sữa)

200 g bột gạo

1 cup maple syrup

Màu thực phẩm hoặc nước củ dền

Muối

Dầu ăn

Vani

dừa khô

coconut

nước củ dền

Steps:

1. Thick coconut milk mixture:

Mix thick coconut milk with 1/4 cup maple syrup, 50g flour, 3 pinches of salt. Set aside.

2. Banana mixture:

Mix bananas with 1/2 cup maple syrup, 2 cups thin coconut milk mixed with beet water, 3 pinches of salt. Simmer banana mixture until thick, banana will turn pink in color.

3. Flour mixture:

Mix 150g flour with the rest of thin coconut milk, 1/4 cup maple syrup.

4. Mixed banana and flour together.
5. Grease 10-inch pan with oil, add mixed banana and flour together Steam for 45-60 minutes or until cake is almost set.
6. Pour thick coconut mixture on top, steam for 15 minutes or until set.
7. Cool completely before serving. It can be served cold.

Let's invite the spirit of happiness into our minds every day; then we won't have any affliction.

Venerable Master Hua

Cách làm:

1. Hỗn hợp nước cốt dừa:

Nước cốt dừa pha với 1/4 cup maple syrup, 50g bột gạo, chút muối, xong để qua một bên.

2. Hỗn hợp chuối:

Ướp chuối với 1/2 cup maple syrup, 1 lít nước dão dừa và nước củ dền, một tí muối. Cho vào nồi đun lửa riu riu cho cạn nước, chuối chuyển sang màu đỏ hồng.

3. Hỗn hợp bột:

Pha 150g bột gạo với nước dão dừa còn lại, 1/4 cup maple syrup.

4. Trộn chung chuối bột.

5. Thoa dầu ăn vào khuôn, cho chuối bột vào hấp vừa chín khoảng 45-60 phút.

6. Rưới hỗn hợp nước cốt dừa lên mặt bánh, hấp chín khoảng 15 phút.

7. Chờ nguội hoặc lạnh,

ăn nóng không ngon.

Hãy mời Thần Hỉ
vào tâm mình mỗi ngày,
như vậy chúng ta
sẽ không còn
phiền não nữa.
HT Tuyên Hóa

Spicy Pastries

These pastries are always deep fried. However, you may toast them (or bake at 350 degree F) for a healthier treat.

Ingredients:

1 medium cassava or yuca (or 1 packet of frozen ground yuca, defrosted)

. 1/4 teaspoon turmeric powder

. 1/4 teaspoon paprika (optional)

. 1 teaspoon salt

. 3 teaspoon maple syrup (or sugar)

. 1 teaspoon oil

. 2 tablespoons rice flour

. 1 hot pepper, minced (or more to taste)

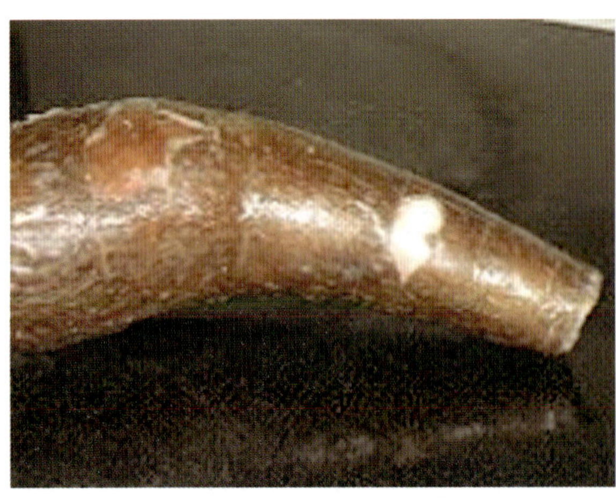

Bánh Cay

Thường thì là món chiên, nhưng bạn có thể toast hay nướng Ở 350 độ F để tốt cho sức khỏe hơn.

▲▲▲

Vật liệu:

1 củ khoai mì vừa vừa
(hay 1 bao đông lạnh,
để tan đá)
1/4 m cafe bột nghệ
1/4 m cafe bột parika
(bột đỏ, không có
cũng được)
1 m cafe muối
3 m cafe maple syrup
(hay đường)
1 m cafe dầu ăn
2 m canh bột gạo
1 trái ớt hiểm,
bầm nhỏ
(thêm ớt nếu muốn cay nhiều)

Steps:

1. Peel the casava, split into 4 pieces length wise, remove the stringy fiber in the middle, cube.
2. Grind cassava in a food processor (or use a scrapper)
3. Mix everything in a bowl, oil your hands & shape pieces

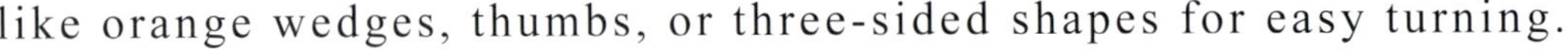

like orange wedges, thumbs, or three-sided shapes for easy turning.

4. Arrange in a single layer on a greased baking toast pan, brush each piece with oil.
5. Set toaster oven to dark toast.
6. Toast 3 times (or more to taste), turn over each time.

Cách làm:

1. Gọt vỏ khoai mì, xẻ làm tư, bỏ dây trong ruột, cắt khúc nhỏ.

2. Xay nhuyễn hoặc mài nhuyễn.

3. Trộn tất cả vào tô, thoa dầu vào tay và nắn hình như muối cam hay tròn dài bằng ngón tay cái, bạn có thể nắn 3 khía để dễ trở khi nướng.

4. Thoa dầu vào vĩ nướng, phết dầu từng cái rồi sắp vào vĩ.

5. Vặn lò nhỏ (toaster oven) tới top brown.

6. Cho vĩ vào lò nướng 3 lần (hay lâu hơn), trở bề mỗi lần nướng.

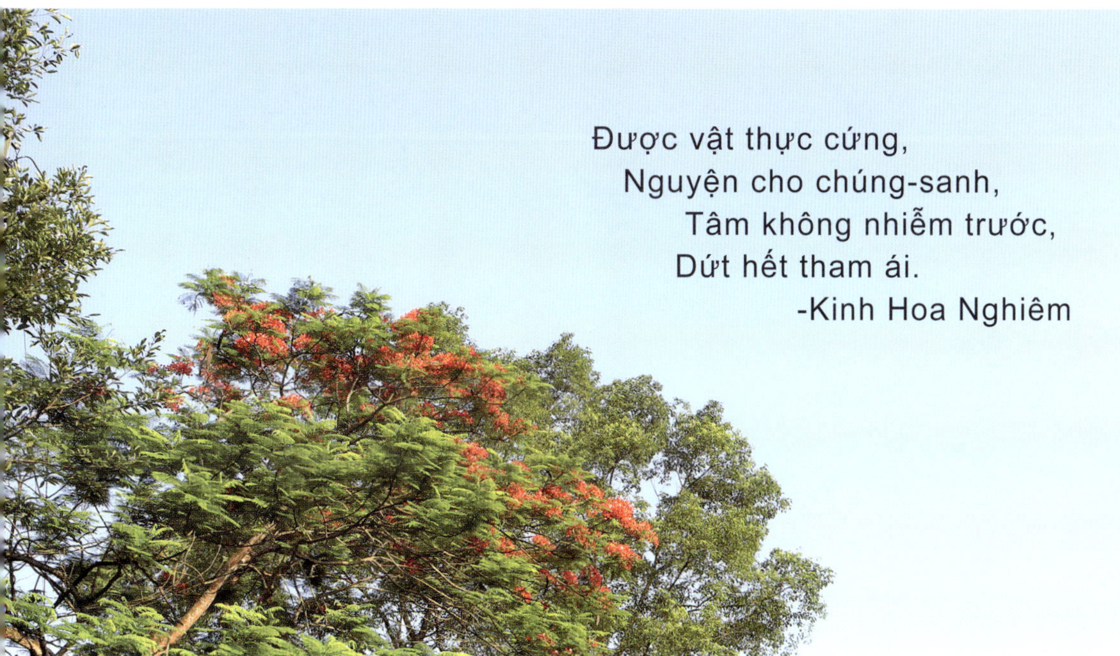

Được vật thực cứng,
Nguyện cho chúng-sanh,
Tâm không nhiễm trước,
Dứt hết tham ái.
-Kinh Hoa Nghiêm

Mid-Autumn Festival Pastries

After the Lunar New Year, if you have extra fruit candies, you can make these.

Makes 15 pastries

Ingredients:

Dough:

Oil dough:

1/2 cup oil

2 cup all purpose flour

Gradually add oil to flour, mixing well until the dough is not sticky; no need to knead

Water dough:

1/2 - 1 cup water

2 cups all purpose flour

Gradually add water to flour, mixing well until dough is not sticky; no need to knead.

Cover both lumps of dough with wet towels. Let rest for 1 hour.

Bánh Trung Thu Nướng

Sau Tết, nếu còn dư các loại mứt thì bạn có thể làm bánh này.

Làm được 15 cái

Vật liệu:

Bột vỏ bánh:

Dầu vào bột:

1/2 chén dầu
2 chén bột đa dụng
Trộn đều bột và dầu cho đến khi không dính tay, không cần phải nhồi.

Nước vào bột:

1/2 - 1 chén nước
2 chén bột đa dụng
Trộn bột và nước cho đến khi bột không dính tay, không cần phải nhồi.

Đậy hai loại bột với khăn ướt. Để yên khoảng 1 giờ.

Filling:

. Fruit candies, a handful of each, winter melon, coconut, lotus seeds, tamarind, lemon, kumquat, tangerine candies...Put everything into a food processor to chop in fine pieces.

. Roasted nuts:
a handful of each: peanuts, walnuts, almonds, cashews, pumpkin seeds, sunflower seeds... Chop roughly in a food processor.

. Orange rind:
peel the rind off an orange with a peeler;
the white inner skin is not needed.
Chop roughly in a food processor.

. Dry fruits: raisins, banana, figs...
Chopped roughly in a food processor

. 10 dried shiitake mushrooms (soaked in water until soft); roughly chopped.

. 2 tablespoons oil

. 1/2 cup sweet rice flour

Nhân:

-Một nhúm tay các loại mứt trái cây: dừa, bí, sen, me, tắc, kẹo quít...
Bỏ tất cả vào máy xay nhuyễn.

-Một nhúm tay các loại đậu: đậu phộng, hột quả hạch, hạnh nhân, hột điều, hột bí rợ, hột hướng dương.... Cho tất cả vào máy xay nát.

-Lột một trái cam, lấy vỏ bỏ vào máy xay nhỏ.

-Trái cây khô: nho khô, chuối khô, sung khô... xay nhỏ.

-2 muỗng canh dầu.

-10 tai nấm đông cô khô, ngâm nước cho mềm, xay nhỏ.

-1/2 chén bột nếp.

Steps:

Stir fry filling:

1. Add 2 tablespoons oil to a heated wok, add mushrooms, stir fry for 1 minute, add orange rind, stir fry for 1 minute, then add the rest of the filling, one at a time, stir fry for 1 minute each.
2. Sprinkle sweet rice flour to bind everything together. Mix well until everything gets sticky. If the ingredients still do not bind, you may add a little maple syrup.
3. Remove from heat, while the filling is still hot, use wax paper or plastic wrap to line your hand to make 15 balls. It is very hard to form a ball when the filling is cool, so do it quickly.

Wrap:

1. Form oil flour into a roll, cut into 15 pieces.
2. Do the same for water flour.
3. Knead 1 piece of water flour flat, wrap it with 1 piece of oil flour.
4. Knead flat, roll, knead flat, roll again, and knead flat again (to form a multi-layered wrapper).
5. Use this wrapper to wrap a ball of filling.
6. Repeat the last 3 steps for the rest of the dough.

Bake:

1. Preheat oven at 350 degree F.
2. Bake 20 to 25 minutes.

Cách làm:

Xào nhân:

1. Bắc chảo với 2 muỗng canh dầu, cho nấm vào xào 1 phút, cho vỏ cam xào 1 phút, sau cho tất cả từng món một vào xào, mỗi thứ khoảng một phút.

2. Rắc bột nếp vào để các thứ dính lại với nhau. Trộn đều cho đến khi tất cả dính sệt với nhau. Cho thêm chút maple syrup nếu nhân chưa được sệt.

3. Nhắc khỏi bếp, trong lúc nhân còn nóng, lấy giấy wax hay bao nylon vò từng viên một, được 15 viên, làm nhanh tay, vì nhân nguội thì khó vò thành viên.

Gói:

1. Lấy khối bột có dầu cuộn tròn, cắt ra 15 miếng.

2. Cuộn tròn khối bột trộn nước,
cắt ra 15 miếng.

3. Lấy một miếng bột nước, gói với một miếng bột dầu.

4. Nhồi dẹp, cuộn lại rồi cán dẹp nhiều lần để có nhiều lớp.

5. Gói viên nhân vào.

6. Tiếp tục làm 3 bước sau cho đến khi hết bột.

Nướng:

1. Mở lò trước ở 350 độ F.

2. Nướng từ 20 đến 25 phút.

Guan Yin Bodhisattva in a Clam Shell

In the Tang Dynasty in China, there was an emperor Wen Chung who was very fond of clams. He would order the people in the kingdom to hunt clams for him to eat, thereby causing many deaths.

One day, someone found a super huge clam and showed the Emperor. No knife was strong enough to open the huge shell. However, all the Emperor had to do was tap the shell with his finger and it opened. And guess what was inside? It was an image of Guan Yin Bodhisattva, no clam. This image was taken to Putuo Mountain, China, and dedicated to Guan Yin Bodhisattva. And it can still be seen there.

Since the Emperor didn't understand what the image was all about, he called in a Dhyana Master to explain it. The Master told him: ***"When Guan Yin Bodhisattva wants to cross over beings he appears in all kinds of forms to do so. Guan Yin Bodhisattva wanted to show you that your greed for food should not be the cause for other creatures' deaths. That's how Guan Yin is trying to teach you this lesson."***

Thereupon, the Emperor told every temple in the whole country to put an image like this of Guan Yin and worship him. Also, it wasn't just the Emperor who didn't eat clams anymore. Nobody in his Kingdom ate clams after that. And they didn't just stop eating clams. They never again ate the flesh of any other animal.

From Records of the Transmission of the Lamp

This status from a former Catholic Church, now is Long Beach Monastery-DRBA's branch.
Tượng này trước kia do nhà thờ xây, nay thuộc chùa Trường Đê, chi nhánh trực thuộc Vạn Phật Thành.

Bồ Tát Quán Âm Trong Vỏ Sò

Vua Đường Văn Chung ở Trung Hoa rất thích ăn thịt sò. Vua ra lệnh cho dân chúng lùng tìm sò cho vua ăn nên có rất nhiều người chết.

Ngày nọ có người tìm được một con sò thật to và đem dâng lên cho vua. Nhưng không có dao nào có thể tách ra được cái vỏ sò to lớn đó. Tuy nhiên, nhà vua chỉ cần lấy tay vỗ nhẹ vào sò là nó mở ra ngay. Và hãy xem thử cái gì ở bên trong con sò. Đó là một bức ảnh của Bồ Tát Quán Âm chớ không có thịt sò. Bức ảnh này được đem về Phổ Đà Sơn phụng thờ và bức ảnh vẫn còn được thấy ở đó.

Bởi không hiểu biết gì về bức ảnh nên nhà vua bèn mời một thiền sư đến giải thích cho vua về điều đó. Thiền sư nói: *"Khi Bồ Tát Quán Âm muốn độ chúng sanh, Ngài thị hiện vào đủ mọi loài để độ họ. Vì vua thích ăn sò nên đã khiến cho nhiều người mất mạng trong khi kiếm sò. Bồ tát muốn cho vua thấy sự tham ăn của vua không nên là cái nguyên nhân gây chết cho chúng sanh khác. Đó là cách mà Ngài muốn dạy cho vua một bài học vậy."*

Do đó nhà vua đã ra lệnh cho tất cả chùa chiền trong nước nên lập hình tượng Bồ Tát Quán Âm giống như thế để thờ phụng. Sau đó

chẳng những nhà vua đã không còn ăn thịt sò nữa mà dân trong nước cũng không ai ăn sò luôn. Họ

không những chẳng ăn sò mà họ còn không bao giờ ăn thịt các loài động vật khác nữa.

Truyền Đăng Lục

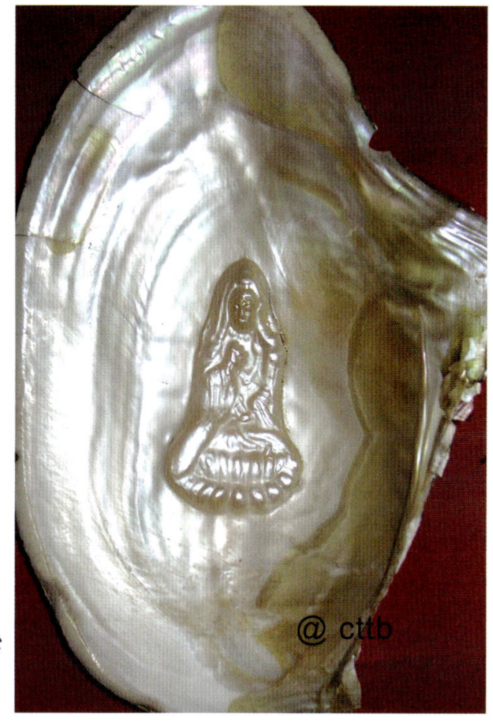

Buddhist Text Translation Society

Giới Thiệu Kinh Sách

Online Catalog: http://bttsonline.org

Handbook
Sổ tay

Nguyện tựa hoa sen vươn khỏi bùn nhơ.
Our vows are as the lotus lifting itself above the mud.

"Đừng Để Lỗi Lầm Xảy Ra Lần Nữa"
"Don't Let the Mistake Happen Again"

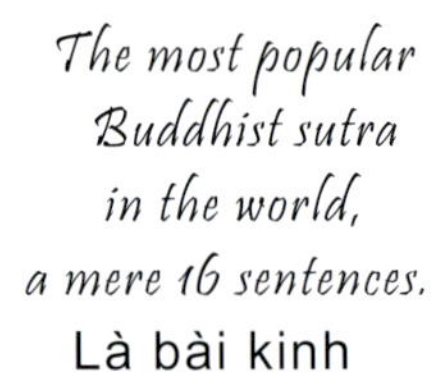

The most popular Buddhist sutra in the world, a mere 16 sentences.
Là bài kinh Phật giáo phổ biến nhất trên thế giới, vỏn vẹn chỉ có 16 câu.

Venerable Master Hua's Talks on Dharma
Hòa Thượng Tuyên Hóa Khai Thị

Kinh miêu tả chi tiết thế giới Tây Phương Cực Lạc vô cùng đẹp đẽ trang nghiêm.
It describes in detail the supremely beautiful adornments of the Western Land of Ultimate Bliss.

Tam Thiên Phật Sám với 3.000 danh hiệu Phật ở quá khứ, hiện tại & vị lai.
The 3,000 Buddhas Repentance with 3000 Buddhas' Names of the past, present & future.

Hoa/Việt (Phụ âm Anh Ngữ Pin yin) Chinese/Vietnamese edition (with Pin yin romanization of Chinese).

The Venerable Master's life in China V.1
Hòa Thượng Tuyên Hóa tự thuật sự trải nghiệm của mình tại Trung Quốc.

MP3

Exhortation to Resolve Upon Bodhi
Văn Khuyến Phát Bồ Đề Tâm
Intention of Patriarch Bodhidharma's Coming from the West
Tổ Sư Bồ Đề Đạt Ma
Shastra on the Door to Understanding the Hundred Dharmas
Luận Đại Thừa Trăm Pháp Minh Môn
Sixth Patriarch's Dharma Jewel Platform Sutra
Lục Tổ Đàn Kinh
Wonderful Dharma Lotus Flower Sutra, Chapter 25
Diệu Pháp Liên Hoa Kinh - Quán Thế Âm Bồ Tát Phổ Môn Phẩm
Song of Enlightenment - Vĩnh Gia Đại Sư Chứng Đạo Ca
Sutra in Forty-Two Sections
Phật Thuyết Tứ Thập Nhị Chương Kinh
Sutra of the Past Vows of Earth Store Bodhisattva
Kinh Địa Tạng Bồ Tát Bổn Nguyện
Genuine Manuscript for Cultivation by Ven. Master Guang Qin (Viet edition)
Cẩm Nang Tu Đạo- HT Quảng Khâm
Vajra Prajna Paramita Sutra- Kinh Kim Cang

MP3

MP3

Q &A for everyday- INSIGHTS (Vajra Strikes) Gậy Kim Cang Hét
How Buddhism Changed My Life - Pháp Nhũ Thâm Ân
Kinh Vạn Phật Bảo Sám
Tam Bộ Nhất Bái -Hằng Cụ & Hằng Do
Thủy Kính Hồi Thiên Lục - Phẩm Đế Vương
Ngữ Lục

MP3

MP3

Contains all the material in the traditional morning, afternoon, & evening services.
Gồm tất cả các bài Kinh Chú cho các khóa lễ theo truyền thống sáng, trưa & chiều.

Tổng Hội Phật Giáo Pháp Giới
Vạn Phật Thánh Thành
Home Page: http:\\www.drba.org
P.O. Box 217, 2001 Talmage, CA 95481-0217 U.S.A.
Điện thoại: (707) 462-0939 Fax: (707) 462-0949

Pháp Giới Thánh Thành (The City of the Dharma Realm)
1029 West Capitol Avenue, West Sacramento,
CA 95691 U.S.A. Tel: (916) 374-8268

Học Viện Dịch Kinh Quốc Tế (The International Translation Institute)
1777 Murchison Drive, Burlingame, CA 94010-4504 U.S.A.
Tel: (650) 692-5912 Fax: (650) 692-5056

Chùa Phật Giáo Berkeley (Berkeley Buddhist Monastery)
Viện Nghiên Cứu Tôn Giáo Pháp Giới
2304 McKinley Avenue, Berkeley, CA 94703 U.S.A.
Tel: (510) 848-3440 Fax: (510) 548-4551

Chùa Kim Sơn (Gold Mountain Monastery)
800 Sacramento Street, San Francisco, CA 94108 U.S.A.
Tel: (415) 421-6117 Fax: (415) 788-6001

Chùa Kim Thánh (Gold Sage Monastery)
11455 Clayton Road, San Jose, CA 95127 U.S.A.
Tel: (408) 923-7243 Fax: (408) 923-1064

Chùa Kim Luân (Gold Wheel Monastery)
235 North Avenue 58, Los Angeles, CA 90042 U.S.A.
Tel: (213) 258-6668

Chùa Phước Lộc Thọ (Blessings, Prosperity, & Longevity Monastery)
4140 Long Beach Boulevard, Long Beach, CA 90807 U.S.A.
Tel: (562) 595-4966

Chùa Trường Đê -Long Beach (Long Beach Monastery)
3361 East Ocean Boulevard, Long Beach, CA 90803 U.S.A.
Tel: (562) 438-8902

Chùa Kim Phong (Gold Summit Monastery)
233 First Avenue West, Seattle, WA 98119 U.S.A.
Tel: (206) 284-6690

Chùa Tuyết Sơn (Snow Mountain Monastery)
PO Box 272
50924 Index-Gelena Road, Index, WA 98256 U.S.A.
Tel: (360) 799-0699 Fax: (815) 346-9141

Hoa Nghiêm Tịnh Xá (Avatamsaka Vihara)
9601 Seven Locks Road, Bethesda, MD 20817-9997 U.S.A.
Tel: (301) 469-8300

Chùa Hoa Nghiêm (Avatamsaka Monastery)
1009 4th Avenue, S.W. Calgary, AB T2P 0K8 Canada
Tel: (403) 269-2960

Chùa Kim Phật (Gold Buddha Monastery)
248 East 11th Avenue, Vancouver, BC V5T 2C3 Canada
Tel: (604)709-0248

Chùa Bát Nhã Quán Âm (Prajna Guanyin Monastery)
Batu 5 ½ Jalan Sungai Besi,
Salak Selatan, 57100 Kuala Lumpur, Malaysia
Tel: (03) 7982-6560 Fax: (03) 7980-1272

Chùa Pháp Duyên (Fa Yuan Monastery)
1, Jalan Utama, Taman Serdang Raya,
43300 Seri Kembangan, Selangor Darul Ehsan, Malaysia
Tel: (03) 8958-5668

Chùa Pháp Giới Quán Âm (Dharma Realm Guanyin Monastery)
161, Jalan Ampang, 50450 Kuala Lumpur, Malaysia
Tel: (03) 2164-8055 Fax: (03) 2163-7118

Hội Phật Giáo Pháp Giới In Kinh
(Dharma Realm Buddhist Books Distribution Association)
11th Fl., 85 Chung-Hsiao E. Road, Sec. 6, Taipei, Taiwan, ROC
Tel: (02) 2786-3022 Fax: (02)2786-2674

Chùa Pháp Giới (Dharma Realm Sagely Monatery)
No. 20, Dong-si Shan-jhuang, Liou-guei, Kaohsiung, Taiwan, ROC
Tel: (07) 689-3713 Fax:(07)689-3870

Phật Giáo Giảng Đường (Buddhist Lecture
31 Wong Nei Chong Road, Top Floor, Happy Valley, Hong Kong
Tel: 85(2) 2572-7644 Fax: 85(2) 2572-2850

Chùa Từ Hưng (CiXing Monatery)
Lantou Island, Man Cheung Po, Hong Kong
Tel: 85(2) 2985-5159

Chùa Kim Ngạn (Gold Coast Vihara)
106 Bonogin Rd., Bonogin, Queensland 4213, Australia
Tel: (07) 5522-8788 Fax: (07) 5522-7822

Chùa Di Đà (Amitabha Monastery)
136 Fuji Rd., Chihnan, Shou-feng, Hualian County, Taiwan, ROC
Tel: (03) 865-1956 Fax: (03) 865-3426

@cttb

Dharma Realm Buddhist Association

The City of Ten Thousand Buddhas
4951 Bodhi Way, Ukiah, CA 95482 U.S.A.
Tel:(707)462-0939 Fax:(707)462-0949

Published and Translated by:
Buddhist Text Translation Society
The International Translation Institute
1777 Murchison Drive, Burlingame, CA 94010-2674

Vạn Phật Thánh Thành

ISBN 978-0-88139-830-4

References:
http://www.amthucchay.org/
http://vegetarianandhealth.blogspot.com/

Chuẩn bị thức ăn chay với lòng yêu thương mạng sống.
Vegetarian Food-Prepared with a heart that cherishes life.